வைரங்கள்

வைரங்கள்

சுஜாதா

கிழக்கு

வைரங்கள்
Vairangal
by Sujatha
Sujatha Rangarajan ©

Kizhakku First Edition: October 2010
128 Pages
Printed in India.

ISBN 978-81-8493-568-4
Kizhakku - 564

Kizhakku Pathippagam
177/103, First Floor,
Ambal's Building, Lloyds Road,
Royapettah, Chennai - 600 014.
Ph: +91-44-4200-9603
Email : support@nhm.in
Website : www.nhm.in

kizhakkupathippagam
kizhakku_nhm

Kizhakku Pathippagam is an imprint of New Horizon Media Private Limited.

This book is sold subject to the condition that it shall not, by way of trade or otherwise, be lent, resold, hired out, or otherwise circulated without the publisher's prior written consent in any form of binding or cover other than that in which it is published and without a similar condition including this the rights under copyright reserved above, no part of this publication may be reproduced, stored in or introduced into a retrieval system, or transmitted in any form or by any means (electronic, mechanical, photocopying, recording or otherwise), without the prior written permission of both the copyright owner and the above-mentioned publisher of this book.

நான் எவ்வளவோ வைரங்களை என் லைஃப்ல பார்த்திருக்கேன். எவ்வளவோ வைரங்களைப் பத்தி நான் படிச்சிருக்கேன். கோஹினூர் ஹோப் டயமண்ட் வைரத்தால் துரதிர்ஷ்டம்தான், பீடைதான் வரும். அதுவும் பெரிய வைரமா இருந்தா அதனுடைய ஆக்ரோஷத்தை, ஜாஜ்வல்யத்தை யாராலும் சமாளிக்க முடியாது! பாரு! ஆரம்பத்திலேயே உன்னைப் பொய் சொல்ல வைக்கிறது பார். ஆசை! பேராசை! வேண்டாம். நமக்கு வேண்டாம். அதை உன் ஃப்ரெண்ட் கிட்டத் திருப்பிக் கொடுத்திடு.

1
ராலிமுக்கு

பத்தொன்பதாம் நூற்றாண்டு.

அவன் கண்களைப் பிடுங்கினார்கள். சித்ரவதை செய்தார்கள். ஷாஷுஜா தன்னிடமிருந்த கோஹினூர் வைரத்தைக் கொடுக்க மறுத்தான்.

'பைத்தியக்காரனே! கேவலம் ஒரு கல்லுக்காக இத்தனை அல்லல்படுகிறாயே!'

கண்களில் ரத்தம் வழிய அந்த ஆப்கானி இளவரசன் பதில் சொன்னான்: 'அது அதிர்ஷ்ட வைரம்!'

இன்று....

ராலிமுக்கு என்ற அந்த இடத்துக்கு எப்படிப் பெயர் வந்தது என்பது நம் சர்ச்சை இல்லை. கோவை-பாலக்காடு பாதையின் தமிழ்நாட்டுப் பகுதியில் பிரதான சாலையிலிருந்து விலகும் மண் பாதையில் சரேல் என்ற திருப்பத்தில் இருக்கிறது ராலிமுக்கு. அதை கிராமம் என்றோ டவுன் என்றோ சொல்ல முடியாது. ஓர் இடம். அவ்வளவுதான். நெடுப் பாக்கம் பஞ்சாயத்து எல்லைக்கு உட்பட்டது. பஞ்சாயத்திலிருந்து புறம்போக்குப் பனை மரங்களில் பதனீர் இறக்க தினம் ஒரு பள்ளன் வருவான். பெரியசாமி கடையில் சின்னப் பழுப்புச் சீட்டைக்

கிழித்துக் கொடுத்துவிட்டுக் காசு வாங்க தினம் ஓர் இளைஞன் வருவான்.

பஞ்சாயத்து சார்பில் ராலிமுக்குக்கு கிடைத்திருப்பது ஒரே ஒரு ட்யூப் லைட்டு. அதுகூட ராப்பூரா கக்கிக்கொண்டே இருக்கும், பக்பக் என்று.

ராலிமுக்கு ஏறக்குறைய மலையின் மடியில் இருக்கிறது. ஆல மரங்களின் நிழலடியில் ஒன்றிரண்டு ஓட்டு வீடுகள். நீலவானம் நடனமாடும் ஒரு சுனை. சுமை தாங்கிப் பாறை. சுற்றிலும் தரிசு நிலம். கொஞ்சம் கொஞ்சம் அங்கொன்றும் இங்கொன்றுமாகப் பச்சை சதுரங்கள். சற்று அஜாக்கிரதையாக இருந்தால் கவிதை எழுதத் தோன்றும். கொஞ்ச நேரம் பொறுமையாகக் காத்திருந் தால் உடல் முழுவதும் மயூர நீலமுடைய 'மலபார் விசிலடிச் சான்' என்னும் அக்காக் குருவியின் ஏற்ற இறக்கச் சீட்டிகை களைக் கேட்கலாம்.

ராலிமுக்கிலிருந்து ஒன்றரை இரண்டு மைல் தொலைவில் குவாரி இருக்கிறது. அங்குள்ள மெஷின்கள் கடித்துப் பொடி பண்ணும் கற்கள் நாகரிகத்தை நோக்கி லாரிப் பிரயாணம் போகும்போது டிரைவர்கள் இங்கே கொஞ்சம் நிறுத்தி, பெரியசாமி கடையில் டீத் தண்ணீர் சாப்பிட்டுவிட்டுச் செல்வார்கள். ஏறக்குறைய எல்லோரும் நிற்பார்கள்.

டீக்கடை என்று சொல்ல முடியாது. வேளைக்கு வேளை கடையின் லட்சணங்கள் மாறும். அதிகாலை குவாரிக்கு மொட்டை டிபன் பாக்ஸுடன் நடப்பவர்கள் நின்று வாங்கும் டீ, ஏலக்காய் கலந்து தூக்குக் கலக்கத்தைப் போக்கும் டீ; அப்புறம் லாரிக்காரர்கள் வந்து பருகும் காட்டமான ஏறக்குறைய மழை நாட்களின் செம்மண் பாதை நிறத்திலான டீ; மத்தியானம் முன்னே சொல்லி வைத்திருந்தால் புழுங்கல் அரிசியும் இறைச்சியும் நல்ல கெட்டி யான மோரும் கிடைக்கும். சாயந்திரம் மறுபடி டீ கிடைக்கும். பொழுது சாய்ந்ததும் அன்னியோன்யமானவர்களுக்கு அண்டை மாநிலத்துச் சாராயம் கிடைக்கும்.

கடையின் சாமுத்திரிகா லட்சணங்கள் - புகை படர்ந்த கூரையி லிருந்து தொங்குகிற பெட்ரோமாக்ஸ், ஒரு கயிற்றுக் கட்டில், ஒரு பெஞ்சுப் பலகை, அலமாரி போன்ற ஒரு சமாசாரம், அதில் கண்ணாடி ஜாடிக்குள் பன்கள், நீட்டலாக பிஸ்கோத்துகள்,

ஒன்றிரண்டு சந்தோஷ நாய்கள், விவேகானந்தர் படம், கொஞ்சம் மறைத்து ஒரு சமையலறை, வெளியே ஒரு பசுமாடு, குட்டிச் சுவரில் சாணி வட்டங்கள்.

ஆனி மாதம். வெள்ளிக்கிழமை. மழை மேகங்கள் இருட்டு ராட்சசர்களாகச் சூழ்ந்திருந்ததால் மத்தியானம் மூணு மணி, ஆறு மணிபோல் இருந்தது. மழை பெய்யாமல் எதிர்பார்த்து அந்தச் சதுர மைலே புழுங்கிக்கொண்டிருந்தது. பளீர் என்று மஞ்சள் பெயிண்ட் அடித்த அந்த லாரி கருமேகப் பின்னணியில் ஜகஜக என்று அதிர்ந்துகொண்டு அதன் இரட்டை ஹாரன் கட்டியம் கூற வருகை தந்து நின்றது. கழுத்தில் கைக்குட்டை கட்டிய ஒரு கிளீனர் பையன் குதித்து இறங்க லாரியின் டிரைவர் பெருமிதத் துடன் இறங்கினான். புத்தம் புதிய பென்ஸ் லாரி. அதன் தோற்றத் தில் ஒரு பொலிகாளையின் ஆணவம் இருந்தது.

டிரைவர் கடைவாசல் கயிற்றுக் கட்டில்மேல் சலுகையாக உட்கார்ந்தான். கிளீனர் சிறுவன் அவன் புஜங்களைப் பிடித்து விட்டான்.

டிரைவரின் பெயர் தாஸ். புஜத்தில் கருகமணிக் கயிறு கட்டி யிருந்தான். எடுப்பாகத் திருகிவிட்ட மீசை. லாரிக்கேற்ற டிரைவர். மிகச் சதுரமான திராவிட முகம், பெரிய உதடுகள், கேலன் கணக்கில் குடிப்பவன்போல் தோன்றினான்.

'என்ன மாப்பிள்ளே!' என்றான்.

கடையிலிருந்து பெரியசாமி ஒரு தம்ளரில் டீயுடன் வெளிப் பட்டான்.

'வாங்கய்யா' என்றான்.

'சலாம் அண்ணே!' என்றான் சிறுவன். பெரியசாமிக்கு முப்பது வயது இருக்கும். நல்ல வெளுப்பான பனியன், காக்கி டிராயர் மேல் டப்பாக்கட்டு, தலையில் சுற்றிச் செருகிய முண்டாசு, காதில் ஒரு பென்சில், அடர்த்தியான புருவங்கள், எட்டு நாள் தாடி, நெற்றியில் பச்சை குத்தின பொட்டு. அவனுக்கு சிறு வயதில் காது குத்தி ரொம்ப நாள் கடுக்கன் போட்டிருக்க வேண்டும். சின்னச் சின்ன ஓட்டைகள் இருந்தன.

'எங்கே சம்சாரம்?' என்றான் தாஸ்.

‘நெலத்துப் பக்கம் போயிருக்கு.’

‘இந்த வருஷம் என்ன, உளுந்தா?’

‘ஆமாங்க.’

‘வந்துருமா?’

‘மழை வந்தா வந்துரும்.’

‘நான் உளுந்தைச் சொல்லலே, உம் பெஞ்சாதியை!’

‘கொஞ்ச நேரமாவும்.’

லாரிக்காரன் கட்டிலில் சாய்ந்து தன் மீசையைப் பின் விரல்களால் ஒரு தடவை தடவிக்கொண்டான்.

‘எங்கே பொண்ணு?’

‘விளையாடுது! உங்களைப் பார்த்தா ஓடி வந்துடும்.’

‘கூப்பிடேன்!’

‘அண்ணே! புது வண்டி பார்த்தீங்களா?’

‘ஆமா! புதுசு! என்ன தாஸண்ணே!’

‘எஜமானரு புதுசா வாங்கியிருக்காரு.’

‘எவ்வளவு?’

‘ஒரு லட்சம்!’

‘அடங்கொன்னியா!’ என்றான் பெரியசாமி ஆச்சரியத்துடன். அவனுக்கு லட்சத்துக்கு எத்தனை சைபர் என்று தெரியாது. நிறையப் பணம்.

‘துபாய்ல ரெண்டு வருஷத்திலே பத்து லட்சம் சம்பாதிச்சிருக்காரு. உம்மாதிரி டீக்கடை வெச்சுத்தான்! பெரியசாமி, துபாய் போறீயா?’

‘அது எங்கய்யா இருக்குது? பகவதி கோயிலுக்கு அப்பாலயா?’

‘சேச்சே! கடல்தாண்டி வேற தேசம். பாஸ்போர்ட் வேணும். பர்மிட்டு வேணும்.’

'வாண்டாங்க!'

'பத்து லட்சம் மாப்பிளே!'

பெரியசாமி சிரித்தான். 'எனக்கு இந்த ராலிமுக்கு, என் மனோகரி, கையகலம் நிலத்தில் கொஞ்சம் உளுந்து, என் பெண்சாதி திலகம் - இது போதுங்க!'

'எங்க இன்னும் காணலியே!' தாஸின் கண்கள் அலைந்தன.

'வந்துருங்க! அப்புறம் மனோகரிக்குச் சரியாயிடுச்சுன்னா, அதுவே எனக்குப் பத்து லட்சம்!'

தாஸ் தன் உடம்பு பிடித்துவிட்டுக்கொண்டிருந்த சிறுவனிடம், 'டேய் காதர்! அதோ பாரு, அந்தப் பெண்ணைக் கூட்டிக்கிட்டு வாடா' என்றான்.

காதர் வாயில் விரல் வைத்து, 'உய்யு உய்' என்று விசிலடித்து 'ஏய் பொண்ணு' என்றான்.

தாஸ் அவன் மண்டையில் அடித்து 'ஏய்! அந்தப் பொண்ணுக்குக் காது செவிடு. கிட்டப்போய் தொட்டுக் கூட்டாத்தான் வரும்; ஓடுறா! ...காள்ளி விசிலடிக்கிறான் பாரு மைனாக் குருவியாட்டம்! எங்கடா கத்துக்கிட்ட?'

கிளீனர் சிறுவன் ஓடிப்போய் தூரத்தில் விளையாடிக் கொண் டிருந்த பெரியசாமியின் மகளைத் தொட்டான். அந்தப் பெண் திரும்பிப் பார்க்க அங்கிருந்து இவர்களைக் காட்டி, 'உங்கப்பா கூப்பிடுது அப்பா, அப்பா' என்று மிகைப்படுத்தி பாவனை அதிகமாகச் சொன்னான். அந்தப் பெண் முகம் மலர்ந்து ஒரே ஓட்டமாக ஓடிவந்தது. காதர் கூட ஓடிவந்தான்.

அந்தப் பெண் தன்னை நெருங்கி வருவதைப் பார்த்து தாஸ் தன் பையிலிருந்த பட்டை சாக்லெட்டை எடுத்துக் கொடுத்தான். 'வாங்கிக்கோ மகளே!' என்றான்.

அந்தப் பெண் பெரியசாமியைப் பார்த்தது. அவன் கண்ணால் அனுமதி கொடுத்தபின் தன் கையிலிருந்த கல்லை பாவாடை ஓரத்தில் சுற்றி முடிந்துகொண்டு அந்த சாக்லெட்டை வாங்கிக் கொண்டது.

பெரியசாமியின் மகள் பெயர் மனோகரி. அவளுக்கு எட்டு வயது இருக்கும். மனோகரியின் உலகம் மிகவும் மௌனமான உலகம். சிங்காநல்லூருக்கு அருகில் ஒரு கிராமத்தில் ஒரு லோகல் ஃபண்ட் ஆஸ்பத்திரியில் மனோகரி பிறந்தபோது குழந்தை நன்றாகத்தான் இருந்தது. ஒரு வருஷம்வரை அதனிடம் எதுவும் கோளாறு இருப்பதாக பெரியசாமியும் திலகமும் சந்தேகிக்க வில்லை. குழந்தை கொஞ்சம் மந்தமாக இருந்ததாகப் பட்டது. அவ்வளவுதான். 'நான் கூட மூணு வயசிலேதான் நடக்க ஆரம்பிச்சேனாம். அஞ்சு வயசுக்குத்தான் பேசவே தொடங்கினேனாம்' என்று சொல்லிக்கொண்டு மனோகரிக்குப் பிறவியிலேயே இருந்த காதுகேளாக் குறையைக் கவனிக்காமல் விட்டுவிட்டார்கள். குழந்தை பேசவே இல்லை. திருதிருவென்று விழித்தது. அஞ்சாம் வயசில் கோயமுத்தூரில் பெரிய ஆஸ்பத்திரியில் கொண்டு காட்டினபோது எட்போன் மாட்டி ஏதேதோ கருவிகளைத் திருகித் திருகிப் பார்த்து பழுப்புக் காகிதத்தில் எழுதி எழுதி, திரும்பத் திரும்ப வரச் சொல்லி கடைசியில், 'சின்னப்பிள்ளையிலேயே கொண்டு வந்திருக்கணும். காது கேக்கற நரம்புகள் டாமேஜ் ஆகியிருக்குது' என்றார்கள்.

'பேச்சாவது வருங்களா?'

'காது கேட்டாத்தான் பேச்சு வரும்!'

'சரிதான்!'

அங்கிருந்து மருதமலைக்குச் சென்றார்கள். முருகனுக்கு வேண்டிக் கொண்டார்கள். அப்புறம் சாமிகிரி சித்த வைத்தியரிடம் காதுக்குத் தைலம் விட்டுக்கொண்டார்கள். ம்ஹூம், தெய்வ சக்தியோ, அலோபதியோ, சத்தமோ மனோகரியின் மௌன உலகைக் கலைக்கவில்லை.

பெரியசாமியும் திலகமும் ஆரோக்கியமானவர்கள்தான். திடகாத்திரமானவர்கள்தான். இருவருக்கும் பிறந்த முதல் குழந்தைக்கு இந்தப் பிறவிக்குறை இருப்பதற்கு, கிராமத்தில் சுலபமாகக் காரணங்கள் கிடைத்தன. முனீஸ்வரனின் கோபம், பௌர்ணமியில் பாம்பைப் பார்த்து, கார்த்திகை மாசம் உண்டானது, எத்தனையோ காரணங்கள்.

மனோகரி பெரிய கண்களுடன் அழகாக இருந்தாள். அவள் தன் கண்களின், மனத்தின் மூலம் உணரும் பிரத்யேக உலகத்தை

அச்சடித்த எழுத்தில் வார்த்தைகளில் எப்படிச் சொல்ல முடியும். ஒரு புலனுணர்வு முழுமையாக நீக்கப்பட்ட மனத்திரை வடிவங்களை எப்படி நான் சொல்வேன்.

மனோகரி தன் மடியில் பத்திரமாகக் கட்டி வைத்திருந்த கல்லை எடுத்து பெஞ்சுமேல் வைத்து ஓர் ஆணியை ஒன்றிரண்டு தடவை தட்டிவிட்டு காதரைப் பார்த்துச் சிரித்தாள். அந்தச் சிறுவன் அவள் அருகில் சென்று தன் ஒரு காதை இழுத்து அதே சமயம் நாக்கை நீட்டினான். மனோகரி நிறையச் சிரித்தாள். ‘பா...வங்க!’ என்றான். சின்னதாகத் தூறல் போட்டது.

தாஸ், ‘அப்ப நான் வரேன். திரும்பறபோது பார்க்கலாம்’ என்று எழுந்து, ‘வாடா காதரு’ என்றார். காதர் ஒரே ஓட்டமாக ஓட, லாரி புறப்படுவதைக் கண்கொட்டாமல் பார்த்துக்கொண்டிருந்தாள் மனோகரி.

லாரி கிளம்பினபின் திலகம் வந்தாள். ‘இத்தனை நாளி அந்தாளு தாஸு காத்திருந்துட்டு இப்பத்தான் போறாரு’ என்றான் பெரியசாமி.

‘அவர் போவட்டும்முனுதான் நான் கொஞ்சம் தள்ளியே வந்தேன்’ என்றாள் திலகம்.

‘ஏன்?’

‘ஏன்! கேக்கறதைப் பாரு! அந்தாளைப் பார்த்தா எனக்கு பயமா யிருக்குதய்யா!’

‘மில்ட்ரியில் இருந்த ஆளு! கொஞ்சம் தாட்டியா இருக்கிறாராமா!’

‘தாட்டியமா இருந்தா என்ன? நான் அதைச் சொல்லலிய்யா!’

‘ரொம்ப நல்லவரு. மனோகரிக்கு மிட்டாய் வாங்கியாந்திருக்காரு.’

மனோகரி தன் பாவாடையின் மற்றொரு கோடியில் முடிந்து வைத்து, கொசகொசவென்று இருந்த சாக்லெட்டுத் துண்டு ஒன்றை எடுத்துத் தன் தாய்க்குக் கொடுத்தாள்.

‘என் செல்லமே, கண்ணுக்குட்டி! பெத்த தாய்க்கு முடிஞ்சு வைச்சிருக்கு பாருங்க. இதுக்கு இருக்கிற சாமர்த்தியம்! ஏய், பைத்தியம்! என்ன பார்க்கறே! என்ன வேணும்?’

மனோகரி உம், ஆம் என்று வேறு வேறு சப்தங்கள் செய்து தன் அபரிமித சந்தோஷத்தைக் காட்டினாள்.

மனோகரிக்கும் திலகத்துக்கும் ஒருவரை ஒருவர் புரிந்துகொள்வதில் எந்தவிதச் சிரமமும் இருந்ததில்லை. கண்களும் கைகளும் தொடுகைகளும் முத்தங்களும் அவர்கள் பாஷையில் போதுமான வார்த்தைகள். அந்த அகராதியில் போதுமான அன்புப் பக்கங்கள் இருந்தன அவர்களுக்கு. எப்படியோ அந்தக் குழந்தை தன் தாயின் உதட்டு அசைவுகளைத் துல்லியமாகப் படித்துவிடுவாள்.

'எங்கடி போயிருந்தே?'

'அதோ! அதுவரைக்கும்' என்று தூரத்தில் காட்டியது.

'என்ன செஞ்சுக்கிட்டிருந்தே?'

'வீடு கட்டிக்கிட்டிருந்தேன்.'

மனோகரி பெஞ்சுப் பக்கம் சென்று அந்தக் கல்லை எடுத்து வந்து காட்டினாள்.

'இதை அங்கே கண்டெடுத்தேன்.'

'சரி' என்று தலையாட்டினாள் தாய்.

'நீ வெச்சுக்க' என்று சைகை செய்தது குழந்தை.

'சரி' என்றாள் திலகம். 'இதப் பாருங்க, உங்க மக எனக்காகக் கொண்டுட்டு வந்திருக்கா! கூளாங்கல்லு!' என்றாள்.

திலகத்துக்கு இருபத்தைந்து வயசிருக்கும். தாஸ் அவள் வருகைக்குச் சற்று நேரம் காத்திருந்ததன் ரகசியம் திலகத்தைப் பார்த்தவுடன் உங்களுக்குப் புரியும். பெரியசாமியின் உயரமே இருந்த திலகம் வனப்பாக இருந்தாள். சற்று செம்பட்டைத் தலைமயிர், இயற்கையாகவே முரட்டுப்படிமனாக அடர்ந்த தலைமயிர், கண்கள் பெரிய வட்டங்களாகவும், மூக்கு சின்னதாகவும் மிகச் சிறிய உதடுகளும் சற்று அதிகப்படியான கீழுதடும் நீண்ட கழுத்தும் - இதற்கு மேல் வருணிக்க வேண்டுமானால் ஓவியர் ஜெயராஜின் படத்தோடு ஒப்பிடலாம்!

திலகம் தன் நகத்தைப் பிய்த்துக்கொண்டே இருக்க, 'தாஸ் மறுபடி வரேன்னாரு' என்றான் பெரியசாமி.

‘எதுக்காம்?’

‘உன்னைப் பார்க்கணும்னாரு?’

‘என்னை எதுக்குப் பார்க்கணுமாம்?’

‘சும்மாத்தான் விசாரிக்க!’

‘தத்! வேற வேலையில்லை! என்னடி சொல்லுறே?’ மனோகரி அவள் புடைவையைப் பிடித்து இழுத்து அந்தக் கல்லை அவள் தலைப்பில் முடிச்சுப்போட முயற்சி செய்துகொண்டிருந்தாள்.

முதல் தடவையாகத் திலகம் அந்தக் கல்லைச் சற்று கூர்ந்து நோக்கினாள்.

‘இது என்ன கல்லுங்க?’ என்று தன் கணவனிடம் காட்டினாள்.

அவன் அதை வாங்கித் திருப்பித் திருப்பிப் பார்த்தான். அழுக்காக இருந்தது. உள்ளுக்குள் ஒரே ஒரு தடவை பளிச்சென்றதை அவன் கவனிக்கத் தவறிவிட்டான்.

‘கூழாங்கல்லு! அல்லது படிக்காரமா இருக்கும்!’ என்று அதைத் தூக்கி எறிந்தான். மிக அழுக்கான, தீட்டப்படாத அந்தக் கல்லின் அப்போதைய நிலையில், அதை மிக மிக விலை உயர்ந்த வைரம் என்று எவராலும் சொல்லியிருக்க முடியாது.

2

வைரப் பிரயாணம்

குவாரிக்குச் சென்றிருந்த தாஸின் லாரி திரும்பி வரும்போது மழை இங்கே பெய்வதில்லை என்று தீர்மானித்துத் தன் மின்னல் நெக்லஸ் அணிந்த கறுப்பு தேவதைகளை அழைத்துக்கொண்டு கிழக்கே போய் விட்டது. லாரி திரும்பி வந்தபோது திலகம் கடை வாசலில் நின்றுகொண்டிருந்தாள். தாஸ் அவளைக் கேபினிலிருந்து பார்த்து, 'நிக்கறா பார்றா காதரு!' என்றான். காதர் கவனிக்கவில்லை.

தாஸ் சட்டென்று நிறுத்திக் குதித்து இறங்கினான். களத்தில் உளுந்து மூட்டைகளை மூடுவதற்குச் சென்றிருந்த கணவனை அழைக்க மனோகரியைத் தொட்டுச் செய்தி சொல்லி அனுப்பினாள் திலகம்.

தாஸ் அவளைப் பார்த்துச் சிரித்தான். 'சௌக் கியமா?'

'ம்' என்றாள்.

காதர், மனோகரி செல்வதைப் பார்த்துக்கொண்டே, 'அந்தப் பெண்ணுக்கு பேச்சு வராதுங்களா? ச்ச்! இப்படித்தாங்க உயர்ந்தவர்கள்ள... நாலு தடவ பார்த்தேங்க!'

தாஸ் அதற்குள் லாரிப்பக்கம் சென்று ஒரு பழுப்புப் பொட்டலத்தை எடுத்து வந்தான்.

'என்னது?' என்றாள் திலகம்.

'சிந்தாமணியில் எடுத்தேன். எண்பத்து அஞ்சு ரூவா, வெளி நாட்டுச் சரக்கு! கட்டிப் பாருங்க, உங்களுக்கு நல்லாவே இருக் கும்.' தாஸ் அந்தப் பொட்டலத்தை உருவி உள்ளே பச்சையும் கத்திரிப்பூ வர்ணமுமாக ஒரு புடைவையைக் காண்பித்தான். திலகத்துக்குப் பிடிக்கவில்லை.

'எடுத்துக்குங்க! பெரியசாமிதான் வாங்கிட்டு வரச்சொன்னான்.'

'எண்பத்து அஞ்சு ரூபாய்க்கு எங்க போவாரு? அதெல்லாம் சும்மா சொல்லியிருக்காருங்க! கையிலே ஒத்தைக்காசு கிடையாது!'

'பணத்துக்கென்ன, மெல்லக் குடுத்துக்கலாம்.'

'வெச்சுக்குங்க, அவர் வரட்டும்.'

'ஏய் காதர்! ஓடிப்போய் பெரியசாமியை அளைச்சுக்கிட்டு வா, ஓடு!'

'எம் பொண்ணே போயிருக்குதுங்க!'

'அண்ணே! பால்கனி டிக்கெட்டுகூட வாங்கிரலாம்னு போனேன். கிடைக்கலீங்க! நீங்க பார்த்தீங்களாம்மா? ஒரே வானம் ஒரே பூமி?'

'இல்லைப்பா!' என்று சிரித்தாள் திலகம்.

'இந்தப் பையன் புதுசா?'

'ஆமாங்க.'

'என் பேரு காதர்ங்க!' என்று அந்தப் பையன் திலகத்தைப் பார்த்து மிகுந்த வசீகரத்துடன் சிரித்தான். சுனையடிக்குக் கொண்டு சென்று கழுவி, தலைசீவி, புதுசாகச் சொக்காயும் டிராயரும் மாட்டவேண்டும் போலிருந்தது.

'உங்க அப்பா அம்மா எல்லாரும் எங்கே?' என்றாள்.

'பச்! அவங்கள்ளாம் இல்லைங்க' என்றான் டீசல் இல்லை என்பதுபோல.

தாஸ், 'ஒரு தமாஷு பாருங்க! டேய் காதர், நீ எங்கேடா பொறந்தே?' என்றான்.

'இங்கிலாந்திலே' என்று கண் சிமிட்டினான் காதர்.

'இங்கே எப்படி வந்தே?'

'வெள்ளைக்காரங்க பஸ் ஸ்டாண்டிலே உட்டுட்டுப் போயிட்டாங்க!'

'பின்னே காதர்னு எப்படிப் பேர் வந்தது?'

'அந்தப் பட்டறையில பேர் வச்சாங்க! காது பெரிசா, அதனால!'

காதர், தாஸ் இரண்டு பேரும் சிரித்தார்கள். திலகத்துக்கு அழுகை நெஞ்சை முட்டியது. 'யார் பெத்த புள்ளையோ' என்றாள்.

தாஸ், 'காதர்! ஓடிப்போய் பார்த்துட்டு வந்துடு. சின்னப் புள்ளே தனியா போயிருக்குது' என்றான். காதர் கற்பனையாக லாரி ஓட்டிக்கொண்டு ஓடினான். திலகத்துக்கு தாஸுடன் தனியாக நிற்க பயமாக இருந்தது. தாஸ் கயிற்றுக் கட்டிலில் உட்கார்ந்தான்.

திலகம் கணவன் வரப் போகிற ஒற்றையடிப் பாதையைப் பார்க்கையில் முதுகு பூரா தாஸின் பார்வையை உணர்ந்தாள்.

நேராக அவள் முன் நடந்து கடைக்குள் சென்று அந்த மர பீரோ வுக்குப் பின்னால் நின்றாள். ஓவல்டின் டப்பாவில் சர்க்கரை கட்டியிருந்தது.

'நீங்க எப்ப எங்க வீட்டுக்கு வரீங்க?'

'அவரு வரட்டுங்க?'

'அவன் வரமாட்டான்.'

'சொல்லிப் பாருங்க.'

'வந்தா, டவுன் எல்லாம் உங்களுக்குச் சுத்திக் காண்பிச்சு, அப்புறம் உங்க மகளுக்கு வைத்தியம் பார்க்க ஒரு பெரிய டாக்டர், பார்த்து ஊசி போட்டாச் சரியாப் போயிடும்னிட்டுச் சொன்னார். கோபிலே இருந்துகூட அவரைப் பார்க்க வராங்க. அமெரிக்காவிலே படிச்சவரு! முதலாளிக்கு அவர்தான் வைத்தியம்.'

'பெரிய டாக்டருங்க எல்லாம் பார்த்துக் கைவிட்டாங்க!'

‘கவுர்மெண்ட் ஆஸ்பத்திரியிலே சரியாக் கவனிக்க மாட்டாங்க. நான் சொல்றது ப்ரைவேட்டுங்க!’

‘அவர் வந்தாச் சொல்லலாமுங்க! ஊர்ல உள்ள கோயிலுக்கெல்லாம் செலவளிச்சாச்சுங்க!’

‘சர்க்கார் ஆஸ்பத்திரியிலே நம்ம மாதிரி ஏளை பாளைங்களெக் கவனிக்க மாட்டாங்க. நம்ம வண்டி கொச்சி குருவாயூர் போவுது, வரீங்களா?’

‘எப்படிச் சட்டுனு வந்துற முடியும்? கடை இருக்குது!’

‘ஒரேயடியா வந்துருங்களேன் என்கூட!’ என்றான் தாஸ்.

‘என்கூட’ என்பதைச் சற்று சன்னமாகச் சொன்னான்!

‘என்னது?’

‘உங்க எல்லாரையும்தான் சொல்றேன். எதுக்காக ஒத்தக் கடையை வெச்சுக்கிட்டு... லாரிக்காரங்களுக்கு ராத்திரி எல்லாம் டீ அடிச்சுக்கிட்டு... பொகையிலே ஒடம்பைக் கெடுத்துக்கிட்டு? நான் கோயமுத்தூரில் எல்லா வசதியும் செய்து தரேன். வந்திர்றீங்களா? என்ன நிலம்! என் வீட்டிலயே தங்கிக்கலாம் நீங்க... வா, பெரியசாமி!’

பெரியசாமி நேராக நடந்துவந்து தாஸ் அருகில் கயிற்றுக் கட்டிலில் உட்கார்ந்தான்.

‘எங்க இவ?’

‘உள்ளே இருக்குது.’

‘ஏய் திலகம்! தாஸ் வந்திருக்காரு பாரு!’

‘பாத்தங்க.’

‘என்ன பொட்லம்?’

‘சீல எடுத்தேன்.’

‘யாருக்கு?’

‘என் தங்கச்சிக்கு. கலரு நல்லா இல்லைன்னுடுச்சு. உன் சம்சாரத்துக்கு ஆவுமா பாரு?’

‘என்ன வெல?’

‘வெல எதுக்கு? முதல்லே உடுத்திப் பார்க்கட்டும்.’

காதர் இதற்குள் மனோகரியின் மொழியில் சில வார்த்தை ஜாடைகள் கற்றுக்கொண்டுவிட்டான்.

‘நான் லாரி ஓட்டுவேன். உயரம்தான் போதாது!’

‘எனக்கு இத பார், டயர் இருக்கு பாரு, இதக் களட்டத் தெரியும்.’

‘அப்புறம் இதோ பாரு பொண்ணே, இதோ பாரு...’ என்று ஓர் அந்தர் அடித்துக் காண்பித்தான். மனோகரி சிரித்தாள். காதர் பட்டறையில் சேருவதற்குமுன் ஒரு தெரு வித்தைக்காரனிடம் இருந்திருக்கிறான்.

‘வா இந்தப் பக்கம்!’

‘வந்தேன்.’

‘கேட்டால்?’

‘சொல்லுவேன்.’

‘இந்தப் பச்சப் புள்ளே எங்கே இருக்குது?’

‘அந்தரத்திலே தொங்குது.’

‘விளுந்தா?’

‘செத்துப் போயிடும்.’

மூணு வயசில் காதர் முப்பது அடி உயரத்தில் ஒரு மூங்கில் கழியின் நுனியிலிருந்து அந்த மனித வட்டத்தைப் பார்த்துக் கொண்டிருக்க, திடுதிடுப்பென்று மூங்கில் நீக்கப்பட, கூட்டமே ‘ஐயோ’ என்று அலற, வித்தைக்காரன் லாகவமாகப் பிடித்து பூமியில் வாங்கியிருக்கிறான். அப்புறம் சலாம் போட்டுக் கொண்டே சுற்றிவர, அவன் சின்னக் கைகளில் பைசாக்கள் நிரம்பியிருக்கின்றன. அப்போது கற்றுக்கொண்ட கரணம்.

மனோகரி அட்டகாசமாகச் சிரித்தாள். காதர், ‘ஏங்க இதுக்கு நிசமாகவே பேச வராதா? காது கேக்குமா?’ என்றான்.

'கேக்காது.'

'கேக்கற மாதிரி செய்யுது?'

'என்ன செய்யுது?'

'சிரிக்குது.'

'அது எமன். எல்லாத்துக்கும் சிரிக்கும்.'

'இல்லீங்க. அதுக்கு நல்லாக் கேக்குது. பேசறது எல்லாம் புரிஞ்சுக்குதுங்க. பாருங்க.'

காதர் ஒரு கையை வளையமாக்கி இடுப்பில் வைத்துக்கொண்டு தவ்வித் தவ்வி நடந்து அவ்வப்போது நாக்கைக் கடித்துக் கொண்டு, 'ஓரம்போ! ஓரம்போ! ருக்குமணி வண்டி வருது. ஓரம்போ!' என்று பாடி ஆடினான்.

'பாத்தீங்களா, சிரிக்குது!'

'பையன் துடிங்க!' என்றான் பெரியசாமி.

'இவனை நாப்பது ரூபாய்க்கு வாங்கினாரு எங்க முதலாளி.'

'நாப்பது ரூபாய்க்கா?'

'ஆமா வாங்கிட்டம். பட்டறையிலே நாற்பது ரூபா கொடுத்தாத் தான் பையனை விடுவோம்னுட்டாங்க. விசுவாசம். பீடி கீடி குடிக்க மாட்டான். திருடு கிடையாது. ஒரு காலத்திலே இவனை டிரைவரா ஆக்கிடலாம். என்னடா காதரு! வாடா டேய், கிளம்பலாம்.'

காதர், 'பெண்ணே! போயிட்டு வரட்டுமா?' என்று அட்டகாச மாகச் சைகை செய்து கேட்டான்.

மனோகரி, 'இரு' என்று காட்டிவிட்டு அவனை நிறுத்திக் கடையின் ஓரத்துக்குச் சென்று அந்தக் கல்லை எடுத்துக் கொண்டுவந்து அவனுக்குக் கொடுத்தாள்.

'என்னா இது கல்லு!' என்று காதர் அதைத் திருப்பித் திருப்பிப் பார்க்க...

'அப்பலேர்ந்து அந்தக் கல்லை வெச்சுக்கிட்டு விளையாடிக் கிட்டிருந்தது. கூழாங்கல்லு போல. மண்ணைத் தோண்டிக்

கிட்டே இருக்கும். அப்பக் கிடச்சிருக்கும். நீ தமாசா டான்ஸ் ஆடினே இல்லே, அதுக்கு உனக்கு பிரைஸ் குடுக்குது. வாங்கிக்க!'

'டாங்க்ஸ் தங்கச்சி' என்று அதைத் தன் டிராயர் பைக்குள் போட்டுக்கொண்டான்.

தீட்டப்படாத வைரங்கள் ஆம்ஸ்டர்டாம், ஆண்ட்வெர்ப், டெல் அவிவ், லண்டன், பம்பாய் போன்ற மார்க்கெட்டுகளில் ஒரு காரட்டுக்கு 900 டாலர் வரை விலை போகும். தீட்டப்படும்போது வைரங்கள் எடையில் ஏறக்குறைய பாதி சேதமாகும். ஆனால், மதிப்பு உயரும். நல்ல, மிக நல்ல சுத்தமான தீட்டப்பட்ட வைரங்களுக்கு ஒரு காரட்டுக்கு பத்தொன்பதாயிரம் டாலர் வரைகூடக் கிடைக்கும். காதர் வைத்திருந்த அந்தக் கல்லின் எடை ஒன்பது காரட் இருக்கலாம்.

தாஸ் தன் லாரியில் ஏறிக்கொள்ள, பெரியசாமியைப் பார்த்து, 'பெரியசாமி, எப்ப நம்ம வீட்டுக்கெல்லாம் வரதா உத்தேசம்?' என்றான்.

'எங்கங்க! கடையை உட்டுட்டு நான் எப்படி வரது, சொல்லுங்க! இவளை வேணா ஒருக்கா அளைச்சுக்கிட்டுப் போங்க. சின்னதுக்கு ரொம்ப ஆசை. சினிமாவைக் கண்கொட்டாமப் பார்க்கும்.'

தாஸ் லாரியைக் கிளப்பி ஒரு தடவை ஹாரனைத் தொட்டான்.

'வரட்டுமா?' என்றான் திலகத்தைப் பார்த்து.

'ஒரு நிமிஷம் இருங்க. புதுப்பட்டி வளியாத்தானே போவீங்க?' என்று கேட்டான் பெரியசாமி.

'ஆமாம்.'

'அங்கே இறங்கிக்கறேங்க' என்று லாரியில் ஏறிக்கொண்டான்.

திலகம் திடுக்கிட்டாள். 'எங்க திடீர்னு கிளம்பிட்டீங்க?'

'புதுப்பட்டில ஜோலி. எட்டரை மணி பஸ்ஸிலே திரும்பிடறேன்!'

அவள் மற்றொரு கேள்வி கேட்பதற்குள் லாரி கிளம்பிச் சென்றுவிட்டது. என்ன ஜோலி என்று தெரியும் அவளுக்கு. குடிப்பதற்குச் செல்கிறான். கேட்டால் அடிப்பான்.

திலகம் கணவன் இல்லாததால் பெட்ரோமாக்ஸை ஏற்றவில்லை. சிம்னி விளக்கேற்றி அலுமினியப் பாத்திரத்தில் இருந்த சோற்றைப் பெண்ணுக்குப் போட்டாள். தனக்குச் சோறு போதவில்லை. கணவன்மேல் எரிச்சலாக வந்தது.

ஒன்பது மணி இருட்டில் அந்த பஸ்ஸின் ஜன்னல் கண்களுக்குத் தெரிய, அதன் இன்ஜின் சப்தமும் கேட்க, பெரியசாமி பஸ்ஸிலிருந்து உதிர்க்கப்பட்டவன்போலத் தள்ளாடிக்கொண்டு நடந்துவந்தான்.

'பாத்து நட பெரியசாமி. எங்கயாச்சும் சுனையிலே விழுந்திடப் போறே' என்றான் பஸ் டிரைவர். 'போப்பா ரைய்...'

'திலகம் தூங்கிட்டியா?'

'சாப்பிட்டீங்களா?'

'எனக்குப் பசி இல்லை. வடை தின்னேன்.'

பரிச்சயமான அந்த நாற்றம் அவன் மூச்சுக் காற்றில் வீசியது.

'குழந்தை தூங்கிருச்சா?'

திலகம் தன் பெண்ணைத் தொட்டுப் பார்த்தாள். விழித்துக் கொண்டிருந்த மனோகரி கண்களை மூடிக்கொண்டாள். அவளைத் தள்ளி வைத்துவிட்டு பெரியசாமி பாயில் படுத்தான்.

மனோகரிக்குப் புரியவில்லை. அழுகை வந்தது.

இரவு பத்து மணிக்கு காதருடன் கோவைக்கு வந்தது அந்த வைரம். தூக்கக் கலக்கத்தில் இருந்தான் சிறுவன். வரும் வழியில் தாஸ் பரோட்டா குருமா தின்றபோது அவனும் கொஞ்சம் சாப்பிட்டான். பசி இல்லை. லாரி எஜமான் வீட்டுப் பின்புறச் சந்தில் நின்றது. அருகே தென்னோலை வேய்ந்து சாமி ஐயப்பன் படத்துடன் சுவரெல்லாம் எண்ணெய் டீசல் கறை படிந்த ஒரு சின்ன ஷெட். அதன் ஒரு மூலையில் காதருக்கு என்று ஒரு சதுர அடி இடம் உண்டு. சின்னதாக மர அலமாரி. சினிமாப் பாட்டுப் புஸ்தகங்கள். ஐந்து சென்டிமீட்டர் வட்டத்துக்கு ஒரு கண்ணாடி, பல்லுப்போன சீப்பு. கமலஹாசன் படம். கொஞ்சம் அழுக்கு குறைந்த நீல டிராயர். தாஸ் கொடுத்து வெட்டித் தைத்த ஒரு சட்டை...

காதர் தன் டிராயர் பைக்குள் உறுத்திய கல்லை எடுத்துத் தன் அலமாரியில் வைத்தான். பழுப்பாகத்தான் இருந்தது.

தாஸ் எல்லாவற்றையும் பூட்டிவிட்டுச் சாவியைச் சிறுவனிடத்தில் கொடுத்து, 'முதலாளி வீட்டில் கொண்டுபோய்க் கொடுத்திரு' என்றான்.

'அந்தப் பொண்ணு பேரென்னங்க?'

'எந்தப் பொண்ணுடா?'

'அதான ராலிமுக்கில் பார்த்தமே, ஊமை?'

'மனோரமா, மனோன்மணின்னு ஏதோ சொன்னாளே!'

'அந்தம்மா பேரு?'

'திலகம்! டேய் காதரு! பார்த்துக்கிட்டே வா. ஒரு நா இல்லாட்டா ஒரு நா நானு...'

தாஸ் அந்த வாக்கியத்தை முடிக்கவில்லை. காதர் ஓடிப்போய் விட்டான்.

3

நான்தான் எழுப்பினேன்

வைரம் என்பது வெறும் கல்தான். ஆனால், பிரத்தியேகமான கல். கோடிக்கணக்கான வருஷங்களுக்குமுன் பூமித் தணலில் மிக அதிகச் சூட்டிலும் அழுத்தத்திலும் வைரத்தின் அணுக்கள் ஒழுங்காக்கப்பட்ட கட்டட அமைப்பில் கனிந்து ஜொலிக்கும் பொருள்கள் ஆயின.

காதரிடம் அந்தக் கல் சரியாக ஒரு வாரம் தங்கியிருந்தது. பட்டறையின் ஓரத்தில் காதருக்கு உரித்தான ஒரு மூலையில் ஒரு ஷெல்ஃபில் அதை நாம் விட்டுப்போனது ஞாபகம் இருக்கலாம். அதற்கப்புறம் காதர் கம்மர்கட்டு மிட்டாய் வாங்கி அது மிகவும் கெட்டியாக இருக்க அதை உடைக்க, அந்த வைரக்கல்லைப் பயன்படுத்தினான். அப்போது கல்லுக்குள்ளே ஒரு பளபளப்பு தெரிய, காதர் அதை உற்றுப் பார்த்தான். நாக்கால் நக்கிப் பார்த்தான். கண்ணாடி என்று நினைத்து உடைத்துப் பார்த்தான். உடையவில்லை. ரோடிலிருந்து ஒரு சரளையைப் பொறுக்கி வந்து அதால் உடைத்துப் பார்த்தான். சரளைக் கல்தான் உடைந்தது. ‘கெட்டியாக இருக்குதாம்ல’ என்று சொல்லிக்கொண்டு இரண்டு உள்ளங் கைகளுக்கும் இடையில் கொடுத்து அழுத்திப் பார்த்தான். கையில் ரத்தம்.

கோபம் வந்து சுவரில் அதால் காதர் என்று கிறுக்கினான். காதருக்கு 'ர்' போட வராது. சற்றே ரஷ்யத்தனமாக இடம் வலமாகத் திரும்பும். கல்லைத் தூக்கிச் சாக்கடையில் எறிந்துவிடலாம் என்று கையை உயர்த்தின சமயம் சட்டென்று அந்தக் கல்லைக் கொடுத்த ஊமைப் பெண்ணின் ஞாபகம் வந்தது. கல்லைத் திரும்பவும் அந்த ஷெல்ஃபில் வைத்துவிட்டான்.

பட்டறைக்குள் முன்புறத்தில் எஜமான் அகர்சந்தின் வீடு இருந்தது. இந்தச் சந்திலிருந்து பெரிய வீட்டுக்கு பின் வாசல் வழியாகப் பாதை உண்டு. காதர் இங்கே லாரி கிளீன் செய்து விட்டு பின்புறமாக முதலாளி வீட்டுக்குச் சென்றான். அங்கு கொஞ்சம் எடுபிடி வேலை செய்தால் சப்பாத்தி கிடைக்கும். பசு மாட்டுக்குப் போடுவதற்குப் பதிலாக அவனுக்குத் தருவாள் எஜமானி அம்மாள்.

காதர் மெதுவாக நுழைந்தான். முதலில் கழிவிடம். அப்புறம் மாட்டுத் தொழுவம். கண்களில் மையிட்டதுபோல அழகாக விழித்துக் கொண்டு காராம் பசு கட்டியிருந்தது. பக்கத்தில் புத்தம் புதுசாகக் கன்றுக்குட்டி நக்கப்பட்டு நக்கப்பட்டுக் கீழே விழுகிற ஸ்திதியில் இருந்தது. வைக்கோல் போர், கிணறு, பம்பு செட், பாத்ரூம், அப்புறம் இரண்டு மூன்று படி ஏறினால் சிமெண்ட் தாழ்வாரம். அதற்கப்புறம் வீட்டின் முன்பகுதி தொடங்கும். அதுவரைதான் காதருக்கு அனுமதி.

எஜமானர் ராஜஸ்தானத்து தொங்கு மீசை மார்வாரி. இங்கே செட்டில் ஆகி 'நல்லாத்தான் தமிள் பேசறது'. சுத்த சைவம். காசு கெட்டி. இவ்வளவு செல்வம் இருந்தாலும் பித்தளைப் பாத்தி ரத்தைக் கண்டால் பத்து ரூபாய் கொடுக்கும் அடகு புத்தி போகாது. சிவப்பு சிவப்பாக மூன்று பெண்கள், ஒரே ஒரு மகன்.

'எஜமான்' என்றான் காதர்.

'கௌன்? யாரு?'

'காதர்ங்க எஜமான். எதுனாச்சியும் வேணுமா?'

எஜமானர் மனைவியைக் கூப்பிட்டு ஹிந்தியில் பேச, கலர் கலராகப் பாவாடை கட்டிக்கொண்டு சிலுங் சிலுங் என்று எஜமானி வந்தாள். வயிறு தெரிந்தது. மார்பு தெரிந்தது.

சிக்கலான நகைகள். உடம்பில் ஓர் அங்கம் பாக்கி வைக்காமல் அணிந்திருந்தாள். முகம் ஏறக்குறைய மூடியிருந்தது.

'காதர் நல்லாரிக்கியா?'

'நல்லாயிருக்கேம்மா.'

'சின் பொண் பள்ளிக்கூடத்திலிருந்து கூட்டி வந்த்ரு...'

'சரிம்மா...'

'மாவ் மெஷின் போயி ஆட்டா அரைச்சிட்டு வந்துரு. எட் போஸ்ட் கார்ட் வாங்கி வந்த்ரு.'

'சரிம்மா.'

'போப்பா. மாட்க் வக்ல் போட்ரு.'

'சரிம்மா.'

'இந்தா வாங்கிக்க' என்று இரண்டு கோதுமை ரொட்டியும் உருளைக்கிழங்குக் கறியும் கொடுத்தாள். காதர் அதை 'டாங்க்ஸ்மா' என்று வாங்கிக்கொண்டு காகிதத்தில் சுற்றிப் பாக்கெட்டில் அடைத்துக்கொண்டான். மாட்டுக் கொட்டகைக்குச் சென்றான். வைக்கோலைப் பிய்க்கையில் பக்கத்தில் சரசரவென்று சப்தம் கேட்டுத் திகிலடைந்து ஒதுங்கி 'யாரு! யாரு!' என்றான். வைக்கோல் போர் அசைந்தது.

பின்புறத்திலிருந்து சின்னி வெளியே வந்தாள். சற்றுக் கழித்து சின்ன சவுக்கார் எனப்படும் சின்ன எஜமான் வெளியே வந்தான். சின்னி தன் பாவாடை தாவணியைச் சரிப்படுத்தி ஊக்கு போட்டுக் கொண்டாள். அவள் தலையெல்லாம் வைக்கோலாக இருந்தது. சின்ன எஜமான் சட்டை பட்டன்களைப் போட்டுக் கொண்டான். அவனுடைய புஸு புஸு தலையிலும் வைக்கோல்.

காதர் சிரித்துவிட்டு ஓடிவிட்டான்.

காதர் பட்டறையில் இருந்தான். லாரி வெளியே போயிருந்தது. அமல்ராஜ் டிரைவர் எடுத்துப் போயிருந்தான். அவன் வருகிற நேரம்தான். ராத்திரி கேரளா போகிறார்கள். அப்போது சின்ன எஜமான் வந்தான். இதுவரை அந்தப் பக்கமே அவன் வந்த தில்லை.

அவன் அகர்சந்தின் ஒரே மகன். பெயர் ப்ரேம். பி.யு.சி. வரைதான் படிப்பு. அதுவும் ஜில்லா ஜில்லாவாக காரியஸ்தன் பரீட்சைப் பேப்பர்களைத் துரத்தி பாஸ் பண்ண வைத்த படிப்பு. படிப்பு வேண்டாம். தகப்பனின் பிசினஸைப் பார்த்துக்கொண்டால் போதும். நாலு லாரி ஓடுகிறது. அது தவிர துபாயில் ஓர் ஏஜென்ஸி இருக்கிறது. எட்டு வீடுகள் சொந்தம். வேளாண்மைப் பல்கலைக் கழகம் தாண்டினதும் ஏக்கரா கணக்கில் இன்கம் டாக்ஸுக்கு என்றே ஒரு பண்ணை. டவுனில் சென்ட்ரல் கொட்டகை அருகில் ஒரு பெரிய கட்டடத்தை வாங்கியுள்ளார். இடித்து ஒரே காம்பவுண்டில் ப்ரேம், சரோஜ், சர்கம் என்று மூன்று தியேட்டர்கள் கட்டப் போகிறார்.

ப்ரேமின் பாண்ட் தரையில் புரண்டது. நல்ல சிவப்பு. வாயில் பான் அடக்கி உதடுகளில் வெற்றிலை ரத்தம். அரும்பு மீசை, சற்று பூனைக் கண்.

பட்டறைக்குள் அவன் வந்ததும் காதர் எழுந்து நின்றான். 'தாஸ் இன்னும் வல்லீங்க' என்றான். தன்னைப் பார்க்க சின்ன எஜமானர் வந்திருப்பார் என்று அவன் நினைக்கவில்லை.

'சோக்ரா இங்கே வா!'

தயங்கி காதர் அருகில் சென்றான்.

சற்றும் எதிர்பாராமல் தேனீ கொட்டுவது போல் சுளீர் என்று காதரின் கன்னத்தில் அறை விழுந்தது. 'அம்மா' என்று உட்கார்ந்தான். உட்கார்ந்தவனை உடனே அந்த ராஜஸ்தானத்து இளைஞன் செருப்புக் காலால் உதைத்தான். காதர் உருண்டு அப்பால் விழுந்தான். வாய்க்குள் ரத்தம் கசிந்தது. தப்பிக்கும் உணர்வைத் தலையாயதாகக் கருதி எழுந்து ஓட முற்பட்ட காதரைச் சுலபமாகப் பிடித்து, 'இனி வீட்டுக்குள்ளார வருவியா?' என்றான்.

'பெரியம்மாதாங்க கூப்ட்டுச்சு. அடிக்காதீங்க. அடிக்காதீங்க! அய்யய்யோ! யம்மாடி!'

'சிரிக்கிறியா? இனி வீட்டுக்குள்ளே கால் வெப்பியா?'

'இல்லீங்க, இல்லீங்க!'

இளைஞன் அந்தக் குழந்தையை இடுப்பில் உதைக்க, ஒரு தடவை காதர் செத்துவிட்டுத் திரும்பினான்.

தாஸ் அப்போது வந்தான். ப்ரேம், காதரை உதறித் தள்ளினான். சப்பாத்தி உருளைக்கிழங்கு கொஞ்சம் சிதறி இன்ஜின் ஆயிலுடன் கலந்தது. காதர் தரையில் உட்கார்ந்து கம்பீரமாக அழ ஆரம்பித்தான். முகம் தெரியாத அம்மா, பெயர் தெரியாத அப்பா, இழந்துபோன அடுத்தவேளைச் சோறு, அடிபட்டதன் உண்மையான வலி எல்லாவற்றுக்கும் சேர்த்து வைத்து விசித்து விசித்து அழுதான்.

'என்னங்க செஞ்சான் பையன்? டேய் காதர்! திருடிட்டியா?'

'தாஸ், இந்தப் பையன் ஊடு எங்கே?'

'வீடு கிடையாதுங்க.'

'பின்னே எங்க தங்கியிருக்கான்?'

'அவன்பாட்டுக்குப் பட்டறையிலே ஒரு மூலையிலே முடங்கிக் கிடப்பான். ஏங்க?'

'முதல்ல வெளியே விரட்டு!'

'நல்ல கிளீனருங்க! என்ன செஞ்சான்? ஏய் பேமானிப் பயலே, என்னடா செஞ்சே? எஜமான் கால்லே உளுடா!'

'என்னைப் போட்டு... என்னைப் போட்டு... எதுக்காக அடிச்சாருன்னே தெரியல்ல தாஸண்ணே. இதப் பாருங்க! ரத்தம் அ...அ...அ...!' என்று அழுதான் காதர்.

'போனாப் போவுதுங்க, விட்டுடுங்க!'

''விடுவதாவது! ஏய், இதானே உன் இடம்? தூக்குடா எல்லாத்தியும்.'

காதரின் சொந்த மூலைக்குச் சென்று ப்ரேம் அங்கிருந்த தட்டு முட்டுச் சாமான்கள் எல்லாவற்றையும் விசிறி எறிந்தான்.

ப்ரேம் அந்தக் கல்லை எடுத்தான்.

'வேண்டாங்க. அந்தக் கல்லைக் கொடுத்திடுங்க.'

ப்ரேம் அந்தக் கல்லைத் தூக்கி எறிய இருந்தான். தயங்கி அதைப் பார்த்தான். அழுக்காக இருந்தாலும் அதில் ஏதோ ஓடுவது அவனைக் கவர்ந்தது, சின்னிபோல. ப்ரேம் அதைத் தன் பைக்குள் போட்டுக்கொண்டான்.

'தாஸ், இவனை உடனே வேலையிலிருந்து நீக்கிட்டு வேறே சோக்ரா வைச்சுக்கோ. ஓடுறா!...ஓடுறான்னா!'

'டேய், போடா' என்றான் தாஸ்.

காதர் வெளியே சென்று வாசலில் நின்று பார்த்தான்.

'போடான்னா!'

தெருக்கோடிக்குச் சென்று பிளாட்பாரத்தில் உட்கார்ந்து அழுது கொண்டே முழங்கால் காயத்தில் எச்சில் வைத்துத் தேய்த்து அருகில் உள்ள கடையில் சுண்ணாம்பு வாங்கி அப்பிக் கொண்டான்.

'அப்படி என்னதாங்க செய்தான்?' என்றான் தாஸ்.

பதில் சொல்லாமல் ப்ரேம் அந்தக் கல்லைப் புரட்டிப் பார்த்துக் கொண்டே சென்றான்.

'என்னடா செஞ்சே?'

'ஒண்ணுமே செய்யல அண்ணே!'

'ஒண்ணுஞ் செய்யாட்டா பின்னே ஏண்டா இந்தச் சவுட்டு சவுட்டுறாரு?'

'தெரியலீங்களே!'

'பாவி! கன்னம் உதடு எல்லாம் வீங்கிப்போச்சு. ரெண்டு நாளைக்குத் தலைமறைவா இரு. அவன் கண்ணிலேயே படாதே.'

'எங்க தூங்கறது தாஸண்ணே?'

'செல்லா மெடிகல் வாசல்ல தூங்கிக்க. அப்புறம் சரியாயிடும். லாரி, ட்ரிப் அடிச்சிட்டு ராத்திரி வந்துரும். நார் ஷீட்டு ஒண்ணு எடுத்துக்க. அப்புறம் ஒரு போர்வை தரேன்!'

காலையில் காதர் உற்சாகமாகவே இருந்தான். சின்னி பிள்ளைகளை இஸ்கோலுக்கு அழைத்துச் செல்கையில் காதரைப் பார்த்தாள்.

'காதரு! நேத்திக்கு என்னடா பாத்தே?'

'ஒண்ணுமில்லேக்கா.'

'நீ பார்த்ததை யார்கிட்டயும் சொல்லிடாதே!'

'மாட்டேங்க்கா.'

'இந்தா, வெச்சுக்க, முட்டாய் வாங்கித் தின்னு.' சின்னி அவன் கையில் ஒரு ரூபாயை வைத்துவிட்டுச் சென்றாள்.

சின்னியைப் பார்த்தான் காதர். புதிய வார்ப்புகளில் அந்தப் பொண்ணு நடக்கிறதுபோல் நடக்கிறாள். இன்னும் நெளி அதிகம்!

காதர் தன் தாடையைத் தொட்டுப் பார்த்துக்கொண்டான். வலித்தது.

அடிபட்ட காரணமும் புரிந்தது!

சனிக்கிழமை ராலிமுக்கு ஜல்லி ட்ரிப் அடிக்க மறுபடியும் லாரி சென்றது!

பெரியசாமியும் தாஸும் கயிற்றுக் கட்டிலில் உட்கார்ந்து டீ சாப்பிட்டார்கள். குவாரியில் க்ரஷ்ஷர் பழுதாகிவிட்டதால் போதிய அளவு ஜல்லி இல்லாததால் தாஸ் இரவு தங்கும்படி ஆகிவிட்டது.

பெரியசாமி ஃபுல்லில் இருந்தான்.

தாஸ் நிதானம் தவறாமல் இருந்தான். கணவன் அப்படியே கயிற்றுக் கட்டிலில் கிடக்க, மெல்ல எழுந்து தாஸ் கடைக்குள் வருவதை திலகம் பார்த்தாள். ஓரத்தில் படுத்திருந்த காதரைச் சப்தம் போடாமல் உலுக்கி எழுப்பி உட்கார வைத்தாள்.

'திலகம்! திலகம்! கொஞ்சம் என் தாவத்துக்குத் தண்ணீ கொடுக்க மாட்டீயா?'

காதர், 'நான் தரேன் அண்ணே தண்ணி!' என்றான்.

'தத்தீ. இன்னும் முளிச்சுக்கிட்டு இருக்கே?' என்றான்.

'இல்லே. நான்தான் அவனை எழுப்பினேன்' என்றாள் திலகம்.

கோவை கல்லூரியில் சிவில் இன்ஜினீயரிங் படிக்கும் ராதா கிருஷ்ணன் ப்ரேமின் பி.யு.சி. காலத்து நண்பன். அடிக்கடி அவனைச் சந்திக்க வருவான். முக்கியமாக ப்ரேமின் தங்கைகள் யாராவது தென்படுகிறார்களா என்று தரிசிக்க வருவான்.

ராதாகிருஷ்ணன் ஞாயிற்றுக்கிழமை வந்தபோது ப்ரேம் அந்தக் கல்லை அசுவாரஸ்யமாக ஆராய்ந்துகொண்டிருந்தான். ராதா கிருஷ்ணன் அந்த ரூம் சாமான்கள் எல்லாம் தன்னுடையது போல் சுதந்தரமாகப் புழங்கினான், வெளிநாட்டு காஸட் போட்டு 'ஒஸி பிஸா' கேட்டான்.

'இந்தக் கல்லு பாத்தியா ராதா?'

'என்ன?'

'உள்ளுக்குள்ளே கலர் தெரியுது பாரு.'

'இதை என்கிட்ட கொடு ப்ரேம், அப்பாகிட்ட காண்பிக்கிறேன்.'

'இது என்ன கல்லு?'

'கண்ணாடி, இல்லே படிகாரம், அல்லது க்வார்ட்ஸ். எங்கப்பா கரெக்டாச் சொல்லிடுவார். அவர் ரிடயர்டு ஜியாலஜிஸ்ட்.'

'அப்ப இதை எடுத்திட்டுப் போய்க் காட்டிரு. எதுனாச்சியும் இருந்தா எனுக்குச் சொல்லு. இல்லைன்னா எறிஞ்சுடு.'

'உம்' என்றான் ராதாகிருஷ்ணன்.

4

காதருக்கு கிராக்கி

ஒரு நல்ல வைரத்துக்கு நாலு 'சி' சொல்வார்கள்.

ஸியால், மாக்மா, மேண்டில் இவையெல்லாம் என்ன என்று தெரிய புரொபசர் சீனிவாச சர்மாவைக் கேட்கலாம். அறுபது வயசு அவருக்கு. ஜியாலஜி நன்றாகத்தான் ஞாபகமிருக்கிறது. புரொபசர் பட்டம் அவருடைய ஆரம்ப காலங்களில் மைசூர் பல்கலைக் கழகத்தில் ஒட்டிக்கொண்டது. பின் அவர் கர்நாடக மாநிலம், மைசூரில் ஜியாலஜிஸ்டாக உத்தியோகம் பார்த்து, பதவி உயர்ந்து டிபார்ட்மெண்டின் தலைவராகி, ரிடையர் ஆகி கோயமுத்தூர் வந்து செட்டில் ஆனபிறகும் புரொபசர்தான்.

சர்மா ஒரு தலைமுறையின் எடுத்துக்காட்டு. அரசாங்க உத்தியோகஸ்தராக பிரிட்டிஷ் ராஜ்யத்தில் தன் இளமைப் பிராயத்து மேலதிகாரி ஜான் பர்ட்டனை இன்னும் ஞாபகம் வைத்துக்கொண்டு அலமாரிக்கு மேல் படமாக மாட்டியிருக்கிறார். இரண்டு பையன் கள், ஒரு பெண். மூத்தவன் ஜியாலஜி எம்.எஸ்ஸி படித்து ஓ.என்.ஜி.சி.யில் டேராடூனில் இருக்கிறான். அடுத்தது பெண். அமெரிக்காவில் இருக்கிறாள். ப்ரின்ஸ்டனில் மாப்பிள்ளை அசிஸ்டெண்ட் புரொபசர். பெண் வாராவாரம் யு.எஸ்.ஏ. என்று பெரிசாகப் போட்ட ஏரோகிராம் கடிதங்கள் அனுப்பி, சீரகப் பொடி எப்படிச் செய்வது என்று கேட்பாள்.

திடுதிடுப்பென்று பக்கத்து வீட்டிலிருந்து நட்ட நடு ராத்திரியில் ப்ரின்ஸ்டனிலிருந்து டெலிபோன் என்று வந்து கூப்பிடுவார்கள். மூன்றாவது பையன் ராதாகிருஷ்ணன்.

சர்மா ரிடையர் ஆன பிற்பாடு ராமாயண, மகாபாரதத்தில் ஆழ்ந்தாலும் அவ்வப்போது மகாபாரதத்தில் ஜியாலஜி பற்றிய சுலோகங்களைப் பற்றி ஹிந்துவுக்கு 'டியர் சார்' என்று ஆரம்பித்துக் கடிதங்கள் எழுதுவார். சர்மாவைப் பற்றி மேல் விவரங்கள் கூறுவதற்குள் ராதாகிருஷ்ணன் வந்துவிட்டான். சர்மா படித்துக்கொண்டிருந்தார்.

பைக்குள்ளிருந்து அந்தக் காகிதப் பொட்டலத்தை எடுத்து அதைப் பிரித்து அந்தக் கல்லை எடுத்து, 'அண்ணா, இதைப் பாருங்கோ!' என்றான்.

சர்மா அதைப் பார்த்தார். முதல் பார்வைக்கு க்வார்ட்ஸ்போல் இருந்தது.

'பூஜை பண்றபோது குறுக்கே வந்து என்னடா இப்படி?' என்றார். ஆனாலும் கண் பார்வை அந்தக் கல்லின் மேல் நின்றது. நிச்சயம் வித்தியாசமான கல். அதை வாங்கிப் பார்த்தார்.

'எங்கேடா பொறுக்கினே இதை?'

'பொறுக்கலை. என் ஃபிரண்ட் கொடுத்தான். இதைப் பார்த்தா எனக்கு என்னமோ சாதாரணக் கல்லாத் தெரியலை. உறுதியா இருக்கு.'

'சரி, அதை அங்கே அலமாரியிலே வை. நான் பூஜை முடிச்சிட்டு வந்து நிதானமாக பார்க்கறேன்.'

ராதாகிருஷ்ணன் அந்தக் கல்லை அலமாரியில் சுவாமி படங்களுக்கு அருகில் வைத்தான்.

'ஜன்மனா ப்ராம்மனோ ஞேயஹ ஸம்ஸ்க்காரைஹி த்விஜ உத்யதே.'

பிறப்பினால் பிராமணன், ஸம்ஸ்காரங்களினால் த்விஜன் எனப்படுகிறான்.

ராதாகிருஷ்ணன் வீட்டுக்கு வெளியே வந்து தெருக்கோடிக்கு நடந்து சிகரெட் பற்றவைத்துக்கொண்டான்.

பக்திப் புத்தகங்கள் படித்துவிட்டு, கடகடவென்று முப்பது நிமிஷத்தில் சகஸ்ரநாமம் சொல்லிவிட்டு வாசல் பக்கம் வந்து வெளிச்சத்தில் அந்தக் கல்லைப் பார்க்க உட்கார்ந்தார் சர்மா. அதைக் கட்டை விரலால் தடவிப் பார்த்தார். ஒரு படிமத்தில் வழவழ என்று இருந்தது. இன்னும் நிறைய அழுக்குப் படிந் திருந்தது. ஒரே ஒரு பக்கத்தில் அழுக்கில்லாத ஒரு ஜன்னல் வழியாக உள்ளுக்குள் பார்க்க முடிந்தது. ஒரு சின்ன நெருப்பு தெரிந்தது. வெண்மையான நெருப்பு. சர்மா நிமிர்ந்தார். இப்போது அவர் செயல்களில் சற்று அவசரம் தென்பட்டது. உள்ளே போய் ஒரு பூதக்கண்ணாடி போன்ற சமாசாரத்தை எடுத்து வந்து அதை ஒரு கண்ணில் பொருத்திக்கொண்டு கல்லைக் கூர்ந்து பார்த்தார். நிமிர்ந்து சற்று நேரம் யோசனை செய்தார். மறுபடியும் பார்த்தார்.

'கிருஷ்ணா! கிருஷ்ணா?'

'அவன் உள்ளே இல்லையாக்கும்.'

'எங்கே போயிட்டான்?'

'எங்கே போவான்? டி.பி.ஜி. கடையிலே உக்காந்திருப்பான்!'

'என்ன அண்ணா' என்று ராதாகிருஷ்ணனே வந்துவிட்டான். அசோகா பாக்கு மென்று கொண்டிருந்தாலும் சற்றுத் தள்ளியே நின்றான். குப்பென்று சிகரெட் புகை வாசனை அவனைச் சுற்றிலும் மூன்று மீட்டர் பரவியிருந்தது.

'சிகரெட்டா?' என்றார்.

'ம்... இல்லை...வந்து...' என்று விழித்தான்.

'கான்ஸர் சாவிலே 75 சதவிகிதம் சிகரெட்டினால். பல்மனரி டிஸிஸ்ல நாற்பது சதவிகிதம் சிகரெட்டினால். எல்லா சாவுகளி லேயும் இருபத்தி அஞ்சு சதவிகிதம் சிகரெட்டினால். தெரியுமா?'

'ஸாரி அண்ணா. எப்பவாவது ஒண்ணுதான் பிடிக்கிறேன்!'

'இந்தக் கல்லை உன் ஃப்ரெண்ட் எங்கே இருந்து எடுத்தான்?'

'தெரியாது அண்ணா, ஏன்?'

'பார்த்தா வைரம் மாதிரி இருக்கு. நேக்கட் ஐயில ஃப்ளா எதுவுமே தெரியலை. மைக்ராஸ்கோப் வைச்சுப் பார்க்கணும்.

உள்ளுக்குள்ளே ஸ்புடமா துல்யமா இருக்கு. கலர் கலக்காத நல்ல வைரமாக்கும். எதுக்கும் மைக்ராஸ்கோப்பிலே போட்டுப் பார்த்தா கன்ஃபர்ம் ஆயிடும்.'

'வைரமா? இத்தனை பெரிசா?'

'அதான் எனக்கு முதல்லே நம்ப முடியலை. அடிக்கச் சொல்ல முடியலை. இருந்தாலும் இது சம்திங் அன்யுஷுவல். உன் சினேகிதனுக்கு எப்படிக் கிடைச்சுது?'

'தெரியலை அண்ணா. எங்கிட்ட இதை அலட்சியமாவே கொடுத்து, 'உங்கப்பாகிட்ட காட்டு, நல்லதா இருந்தாச் சொல்லு, இல்லாட்டா தூக்கி எறி'ன்னு சொன்னான். என்ன விலை இருக்கும்? ஐயாயிரம் ரூபாய்?'

சர்மா சிரித்தார். அதைத் தோராயமாகக் கையில் எடை போட்டார். 'ஆறு கிராம் இருக்கும். என்னதான் தீட்டறதுக்குச் சிதைத்தாலும் பாதி ஆக்கினால்கூடப் பத்துப் பதினைஞ்சு காரட் தேறும். நல்ல வைரமா இருந்தா காரட் ரேட் வைரத்தோட துல்லியத்தைப் பொருத்து எட்டாயிரத்திலிருந்து ஆரம்பிச்சு ஐம்பதினாயிரம் ஏன், ஒரு லட்சம்கூடப் போகும்!'

ராதாகிருஷ்ணன் மனக்கணக்கு போட்டுப்பார்த்து, 'மை காட்! இந்தக் கல்லிலே லட்சக்கணக்கா மதிப்பு இருக்குங்கறே?' என்று வியந்தான்.

'இருக்கலாம்கிறேன். இன்னும் பரிசோதனை பண்ணிப் பார்க்கணும். எதுக்கும் உன் ஃப்ரெண்ட் கிட்டச் சொல்லிடு. யார் அவன்?'

'ப்ரேம் அண்ணா! சேட்டுப் பையன்!'

'அவனா? எப்படிக் கிடைச்சுது அவனுக்கு? அதை முதல்லே கேள்!'

'எப்படிக் கிடைச்சா என்ன அண்ணா? அவன்கிட்டதான் இதைச் சொல்லியே ஆகணுமோ? அவன் எனக்கு தானமாகத்தான் கொடுத்தான். நல்லா இல்லைன்னா விசிறிக் கடாசுன்னான்!'

'கடாச வேண்டாம்னு சொல்லிடு!'

'அவன்கிட்டச் சொல்லாமலே இருந்துட்டா?'

‘கிருஷ்ணா! அந்த விவகாரம் மட்டும் வேண்டாம். நான் எவ்வளவோ வைரங்களை என் லைஃப்ல பார்த்திருக்கேன். எவ்வளவோ வைரங்களைப் பத்தி நான் படிச்சிருக்கேன். கோஹினூர் ஹோப் டயமண்ட் வைரத்தால் துரதிர்ஷ்டம்தான், பீடைதான் வரும். அதுவும் பெரிய வைரமா இருந்தா அதனுடைய ஆக்ரோஷத்தை, ஜாஜ்வல்யத்தை யாராலும் சமாளிக்க முடியாது! பாரு! ஆரம்பத்திலேயே உன்னைப் பொய் சொல்ல வைக்கிறது பார். ஆசை! பேராசை! வேண்டாம். நமக்கு வேண்டாம். உன் ஃப்ரெண்ட் கிட்டத் திருப்பிக் கொடுத்திடு அதை! ஆனா எனக்கு ஒரு விவரம் மட்டும் வேணும். அது எங்கே கிடைச்சதுன்னு எனக்குத் தெரியணும்!’

ராதாகிருஷ்ணன் அந்த அழுக்கான கல்லைப் பார்த்துக்கொண்டே இருந்தான்.

‘எங்க கிடைச்சதுன்னு தெரிஞ்சுக்கறதாலே என்னண்ணா லாபம்?’

‘லாபத்துக்காக இல்லை. நான் இந்த கோயமுத்தூர் ஜில்லாவிலே ரிடையர் ஆனப்புறம் நிறையச் சுத்தியிருக்கேன். ராக் ஃபார்மேஷன் எல்லாம் பார்த்திருக்கேன். ஜியலாஜிகலா பல சுவாரஸ்யமான விஷயங்களை சொஸைட்டிக்கு ரிப்போர்ட் பண்ணியிருக்கேன். இரண்டு வருஷத்துக்கு முன்னாடி ஜர்னல்ல எழுதியிருக்கேன். பாலக்காடு போற வழியில, மலைப் பிரதேசத்திலே கார்னெட் ஸ்டோன்ஸ் பார்த்தேன். மெட்டமார்ஃபிக் ராக்ஸ். அப்புறம் கொஞ்சம் மேற்கே போனா ஹார்ன்ப்ளென்ட் ஆலிவின். தீவிரமா சர்வே பண்ணா டயமண்ட்கூடக் கிடைக்கலாம்னு அப்பவே எழுதிட்டேன்! எங்கே கிடைச்சுதுன்னு கேட்டுண்டு வா. அதுதான் எனக்கு முக்கியமான தகவல்.’

ராதாகிருஷ்ணன் சைக்கிளை எடுத்துக்கொண்டு ப்ரேமைப் பார்க்கச் செல்கையில் அவன் மனத்தில் ஒரு வசீகரமான திட்டம் உருவாகியது. எதற்கு அவனிடம் சொல்லவேண்டும்? முதலில் இடத்தைக் கண்டுபிடித்து அந்த இடத்தில் இது போன்ற நூற்றுக் கணக்கான கற்கள் கிடைத்தால், அடேயப்பா! எஸ்.ஆர். டைமண்ட்ஸ் என்ற ஸ்தாபனம் - புல்டோஸர்கள் எர்த் மூவர்ஸ் மைனிங் எக்விப்மெண்ட்!

எஸ்.ஆர்.வைரங்கள்!

'மிஸ்டர் ராதாகிருஷ்ணன் யு மஸ்ட் கம் டு ஜோஹானஸ்பர்க் ஒன்ஸ்!'

சைக்கிளுக்கு ஸ்டாண்ட் இல்லாததால் அதைச் சுவர் ஓரமாகச் சாத்திவிட்டு உள்ளே சென்று, 'ப்ரேம்! ப்ரேம்!' என்று கூப்பிட்டான்.

'ப்ரேம் பாத்ரூம்லே இருக்கான். இப்ப வருது.'

'ஹலோ ஷீலா!'

'ஹலோ ராதா! நல்லா இருக்கியா?'

ஷீலா சட்டை பாண்ட் அணிந்திருந்தாள். செம்பட்டை மயிரை இரண்டு விநோதப் பின்னல்களாகப் பின்னியிருந்தாள். நெற்றியில் ஊசி முனைப் பொட்டு. கரு ரத்த நிறத்தில் லிப்ஸ்டிக். செக்கச் செவேல் என்று இருந்தாள்.

'ப்ரேம்! நான் உன்கிட்ட இந்த ரகசியத்தைச் சொன்னதுக்கு எனக்கு ஒரே ஒரு உபகாரம் பண்ணணும்!'

'என்ன வேணுமானாக் கேளு ராதா!'

'உன் சிஸ்டர்...'

ப்ரேம் உடம்பு துடைத்துக்கொண்டு வந்தான். சின்னி ஒரு தட்டில் பழங்கள், டிபன் எல்லாம் கொண்டுவந்து வைக்க, 'இன்னொரு தட்டு கொண்டு வா சின்னி' என்றான்.

'ப்ரேம்! நான் இப்பதான் சாப்பிட்டேன், வேண்டாம்.'

'பரவாயில்லை பிரதர், ஃப்ரூட்ஸ் சாப்பிடு. என்ன விஷயம்?'

'அந்தக் கல்லு ஒண்ணு குடுத்த பாரு?'

'ஆமா!'

'அது எங்க கிடைச்சது உனக்கு?'

'ஏன்?'

'இல்லை, எங்க கிடைச்சதுன்னு கேட்டேன்!'

'ஏன்னு கேட்டேன்! உங்கப்பா என்ன சொன்னாரு!'

'அது ஏதோ சாதாரணக் கல்லுதான்னு சொன்னார். இருந்தாலும் ஜியாலாஜிக்கலா கொஞ்சம் சுவாரஸ்யமான கல்லாம். அதனாலே அது எங்கே கிடைச்சுதுன்னு உன்னைக் கேட்டுக்கிட்டு வரச் சொன்னார்.'

ராதாகிருஷ்ணன் மேஜையைப் பார்த்துக்கொண்டே பேசினான்.

ப்ரேம் புன்னகைத்தான். 'உங்க அப்பாதான் அப்படிச் சொன்னாரா?'

'ஆமா.'

'வா. போகலாம்.'

'எங்கே?'

'உங்கப்பாவைப் பார்த்துக் கேட்டுட்டு வரலாம்!'

'என்கிட்ட சொல்லேன். அவர் பூஜையில் இருப்பார்!'

'கம் ஆன் யார், கட் இட் அவுட். நீ பொய்தானே சொல்றே? ஜுட் போல்தா ஹை யார்!'

'சேச்சே!'

'உன் கண்லயே தெரியுது. சொல்லு. அந்தக் கல்லு கொஞ்சம் பெரிய விஷயம்தானே? சொல்லு! இதப் பார் ராதா! நான் பிஸினஸ்ல இருக்கிறவன். கண்ணைப் பார்த்தே பொய் கண்டு பிடிச்சிடுவேன்! ராதா, நானும் நீயும் டியர் ஃப்ரெண்ட்ஸ். என்கிட்ட பொய் சொல்லிட்டன்னா இது நிச்சயம் விலை உயர்ந்தது!'

ராதாவின் கண்கள் சரிந்தன. 'ஸாரிடா! இந்தக் கல்லு நல்ல வைரம்!'

'இஸ் இட்? எவ்ள மதிப்புப் பெறுமாம்?'

'சரியாச் சொல்லலை. அதுக்கு இன்னும் டெஸ்ட் பண்ண ணுமாம். எங்க கிடைச்சதுன்னு கேட்டுட்டு வரச் சொன்னாரு. அந்த இடத்திலே இதுமாதிரி இன்னும் நிறைய வைரங்கள் இருக்கச் சான்ஸ் இருக்கலாம்.'

ப்ரேம் சாப்பிடுவதைப் பாதியில் நிறுத்தி, தட்டிலேயே கை அலம்பி விட்டான்.

'வா, போகலாம்' என்று கிளம்பினான்.

'எங்கே?'

'உங்கப்பாவைப் பார்க்க!'

'நமஸ்காரம் சார்!' என்று குனிந்து சர்மாவின் காலைத் தொட்டுக் கும்பிட்டான்.

'நீதான் ப்ரேமா?'

'ஆமா சார்.'

'எங்கய்யா புட்ச்சே அந்தக் கல்லை?'

'அது தெரியாதுங்க! லாரி கிளீனர் பையன் வெச்சிருந்தான். ஆனா, கண்டுபிடிச்சுடுவேன். அது நல்ல வைரம்கறீங்களா?'

'என் அனுபவத்தின்படி, என் ஞானத்தின்படி அதைப் பார்த்தா நல்ல வைரம் மாதிரி தோணுது. யூனிவர்சிட்டியில் போய்ப் பரிசோதித்துக் கன்ஃபர்ம் பண்ணிடலாம். எனக்கு அது எந்த இடத்திலே கிடைச்சது என்கிறதுதான் தெரியணும்.'

'தெரிஞ்சா, அந்த இடத்தை நாம வாங்கிட்டா பிரைவேட்டா டைமண்ட் பண்ணிக்கலாமா?'

'அதெப்படி? நீ டிபார்ட்மெண்டுக்குத் தகவல் தெரிவிக்கணும். பிரைவேட் மைனிங்கில் டைமண்ட் நாட் அலவ்ட்.'

'சொல்லவேண்டாமே?'

'நீ எதுக்கும் ஒரு லாயரைப் பார்த்துக்க! எந்த எடம் என்னங் கறதைத் தெரிஞ்சுக்கறதுக்கு முன்ன நீ சுரங்கம் வெட்ட ஆரம்பிச்சுட்டியே? சரியான சேட்டுய்யா நீ!'

'மத்த தேசங்கள்ல எப்படி சார்?'

'மத்த தேசங்களில் டீ பியர்ஸ்னு ஒரு கம்பெனி இருக்குது. அது தான் உலகத்தில் வைர பிஸினஸ்ல எண்பது சதவிகிதத்தை காண்ட்ராக்ட் பண்ணுது.'

'பிரைவேட் கம்பெனி?'

'ஆமாம்.'

'பின்னே? இங்கயும் ஒரு ரிட் பெட்டிஷன் போட்டுற வேண்டியது தானே? நீங்க சொல்றாப்பல அதை அப்புறம் பார்த்துக்கலாம். அதுக்கு முந்தி இடத்தைக் கண்டுபிடிக்கணும்!'

ப்ரேம் அந்த கல்லைப் பைக்குள் போட்டுக்கொண்டான். எஸ்.ஆர்.டைமண்ட்ஸ் போர்டு அழிந்தது. ப்ரேம் தன் பைக்குள்ளிருந்து பர்ஸ் எடுத்து ஐந்து நூறு ரூபாய் நோட்டுக்களை எடுத்து 'இந்தாங்க' என்றான் சர்மாவிடம்.

'என்னது?'

'உங்க சிரமத்துக்கு என்னுடைய ப்ரஸண்ட் மாதிரி வெச்சுக்குங்க!'

சர்மாவுக்குக் கோபம் வந்தது. 'யங் மேன். உனக்கு விவேகம் இல்லை. இனி என்கிட்ட இந்த மாதிரி நோட்டைக் காட்டாதே. எனக்கு ஞானத்தில்தான் இஷ்டம். பணத்தில் இல்லை. முப்பது வருஷம் சர்க்கார்ல நேர்மையா உத்தியோகம் பாத்திருக்கேன். ஆயிரம் ரூபா பென்ஷன் வரது. என் கடமைகளையெல்லாம் முடிச்சுட்டேன். இந்த வீடு என்னுது. எனக்கு வியாதி எதுவும் இல்லை. கண் நல்லாத் தெரியுது. பல்லெல்லாம் பத்திரமா இருக்கு. எனக்கு எதுக்குப் பணம்?'

'ரொம்ப ரொம்ப ஸாரி சார். சின்னப் பையன் தப்பா செஞ்சுட்டேன்! எனக்கு மாப் குடுத்துடுங்க!' என்று மறுபடியும் காலைத் தொட்டான் ப்ரேம்.

'அடுத்த தடவை இந்த மாதிரிச் செய்யாதே, என்ன?'

'செய்ய மாட்டேன்! மாட்டேன்! ஒரே ஒரு ரிக்வெஸ்ட். நீங்க இந்த விஷயத்தை வேறே யார் கிட்டேயும் கொஞ்ச நாள் சொல்லாமல் இருந்தால் நல்லது.'

'இங்க யார் வரா?'

ப்ரேம் வெளியில் வந்து, 'என்ன லெக்சர் குடுக்கறார் உங்கப்பா?' என்றான்.

'அவர் எப்போதும் அப்படித்தான்.'

'நீ வாங்கிக்க' என்று அவன் பைக்குள் அந்த நூறு ரூபாய் நோட்டுக்களைத் திணித்துவிட்டுப் புறப்பட்டான் ப்ரேம்.

பட்டறைக்குச் சென்றான்.

'தாஸ்! அன்னிக்கு ஒரு சோக்ராப் பையன் - கிளீனர் இருந்தானே...'

'காதர்!'

'அவன் எங்கே? கூட்டி வா!'

5

'சீக்கிரமே...'

காதர் தன் மாளிகையைத் தெருக்கோடிக்கு மாற்றி யிருந்தான்.

Gold Sport என்று முகம்பூரா எழுதியிருக்கும் பெட்டிக்கடைக்குப் பின்பக்கத்தில் நொடித்துப் போன சினிமாக்காரர்கள் விட்டுப்போன பெரிய போர்டு ஒன்றின் 'சக்கைப்போடு' என்ற எழுத்துக்கள் மட்டும் அவன் நிழலுக்குப் போதுமானதாக இருந்தது. 'போடு ராஜா'வை வேறு ஒரு கிளீனருக்குக் கொடுத்திருக்கிறான். ராத்திரி படுக்க மட்டும் சீதா விலாஸ் மூடிய பிற்பாடு அடுக்கப்படும் பலகை களுக்குப் பக்கத்தில் ஓர் இடம். அதிகாலை பைப்புக் குழாயில் குளியல். அப்புறம் லாரி. ப்ரேமைக் கண்டால் தொடை நடுக்கம். உடனே ஓட்டம்.

இன்று தாஸ் வந்து தன்னைக் கூப்பிடும்படியாக என்ன பெரிய தப்பு செஞ்சோம் என்று காதர் பயந்தான். 'யாருண்ணே?'

'சின்ன எசமானருதான் கூப்பிட்டாரு, வாடா?'

'நான் வல்லீங்க தாஸண்ணே. அன்னிக்கு ஜோட் டாலே அடிச்சாரு.'

'அடிக்க மாட்டார்டா. அன்பாத்தான் கூப்பிடறாரு. வா.'

மெதுவாக பம்மிப் பம்மி வந்து தாஸின் பின்னால் ஒளிந்து கொண்டு சின்ன எஜமானனை எட்டிப் பார்த்தான்.

'ஏ சோக்ரா, நாம் க்யாரே போல்?'

'பேர் சொல்லேண்டா!'

'காதர்ங்க!'

'காதர் கர்கே போல்தா; ஹிந்தி ஆத்தா நை க்யா?'

'காதருக்கு இந்த 'ஆத்தா போல்தா' எல்லாம் புரியவில்லை. தலையை ஆட்டினான். 'ம்ஹூம்!'

'இவன் முஸ்லிம் இல்லீங்க. காதர்னு சும்மா பேரு!'

'பின்னே இவன் என்ன மதம்?'

'அவனுக்கெல்லாம் மதமாவது ஒண்ணாவதுங்க!'

'பஸ் ஸ்டாண்டிலே வெள்ளைக்காரன் உட்டுட்டுப் போயிட் டாங்க!' என்றான் காதர்.

'நம்ம பெரிய எசமான் ஒரு வித்தைக்காரனிடம் நாப்பதோ, அம்பதோ கொடுத்து வாங்கினாருங்க!'

'காதர், இந்தக் கல்லு ஞாபகம் இருக்கா?' என்று ப்ரேம் தன் பையில் கைக்குட்டையில் சுற்றியிருந்த கல்லை எடுத்துக் காட்டினான்.

மனோகரியின் இனிய முகம் ஞாபகம் வந்தது. 'ஆம்' என்று தலையசைத்தான்.

'எங்கே கிடைச்சுது உனக்கு?'

'அண்ணே! ராலிமுக்கிலே அந்தப் பொண்ணு இருந்திச்சில்லே. அது கொடுத்திச்சு!'

'ராலிமுக்கு? க்யா ராலிமுக்கு?'

'குவாரிக்கு போற பாதையில் டீக்கடை இருக்குதுங்க. கடைக் காரன் பொண்ணு கொடுத்ததாச் சொல்றாங்க!'

'அந்தப் பொண்ணுக்கு எங்கே கிடைச்சுச்சு?'

‘எங்கேடா?’

‘தெரியாதுண்ணே’ என்று தலையாட்டினான் காதர்.

‘தாஸ்! அந்த டீக்கடைக்காரன் தெரியுமா ஒனக்கு?’

‘ஓ! ரொம்ப நாளாப் பழக்கங்க.’

‘இங்கிருந்து எவ்ள தூரம்? நஸ்தீக் பட்தா ஹை க்யா?’

‘இருக்குங்க ஒரு இருபது மைலு.’

‘சின்ன வண்டி எடுத்துக்கிட்டு வா. அங்க போய் வரலாம்.’

‘இப்பவா?’

‘ஆமா.’

‘ஏங்க? என்னங்க அந்தக் கல்லுல?’

‘கல்லுல ஒண்ணும் கிடையாது. கண்ணாடி! அந்த எடத்தில் நல்ல க்ரானைட்டு எதுனாச்சியும் கிடைச்சாப் பார்க்கலாம். பிசினஸ், அவ்ளவ்தான்! காதர், நீயும் கூடவா!’

‘கார்லங்களா?’ என்றான் தாஸ்.

‘பரவாயில்ல, வரட்டும் அந்தப் பையன். என்ன இப்படி டிராயர் போட்டுருக்குது. போஸ்ட் பாக்ஸ் வளியா பைப்புக்குளா தெரியுது ரே சோக்ரா’ என்று சிரித்தான்.

காதர் வெட்கப்பட்டு மூடிக்கொண்டு ‘அண்ணே! ஒரு பின்னு கொடுங்க’ என்றான்.

‘அபர்ணாவில ஒரு நல்ல சட்டை டிராயர் வாங்கிக் கொடுத்திரு இவனுக்கு. நான் சொன்னதாச் சொல்லு. எங்க தங்கியிருக்கான்?’

‘அங்கே! நாயுடு கடை பின்னாலங்க!’

‘இன்னிலேருந்து பட்டறைக்கே வந்துறட்டும். சோக்ரா அச்சா ஹை! பலா ஹை! இந்தா பையா’ என்று ஐந்து ரூபாய் கொடுத்தான். காதர் தயங்கினான்.

‘வாங்கிக்கடா.’

'வெச்சுக்க எடம் இல்லீங்க. பை இல்லீங்க! தாஸண்ணே, நீங்க வெச்சுக்கிட்டு அப்புறம் தாங்க!'

'அடி சக்கை! அதிர்ஷ்டம் பார்றா உனக்கு!'

'அண்ணே! வாங்க கடை மூடிடுவான்!'

'நம்ம எஜமான் கடைதானே! சொன்னாத் திறப்பாங்கடா!'

கண்ணாடிப் பெட்டிக்குள் இருந்த சிறுவன் கட்டம் கட்டமாக டெரிலின் சட்டை அணிந்து 'சிக்' என்று சில்க் நிஜார் அணிந்து காதரைப் பார்த்து ப்ளாஸ்டர் ஆஃப் பாரீஸ் சிரிப்புச் சிரித்துக் கொண்டிருக்க...

'அண்ணே! எனக்கு அது மாதிரி வேணும்!' என்றான்.

'அதெல்லாம் வெல ஜாஸ்தி. காக்கிலே நிஜாரும் சட்டையும் வாங்கிக்க!'

'அண்ணே! அந்த பிகில் வைச்ச சட்டை அண்ணே!'

'அண்ணே! அந்த முயல் பனியன்!'

'த பாரு, கொடுக்கறதை வாங்கிப் போட்டுக்க. என்ன?'

பெரியசாமி பெரிய கல்லில் அரைத்துக்கொண்டிருந்தான். அந்த பிளஷர் கார் தன் கடை வாசலில் வந்து நிற்பதைப் பார்த்து ஆச்சரியப்பட்டான். 'அட! நம்ம தாஸண்ணே. அது யாரு சேட்டுப்பிள்ளை?'

கை அலம்பிக்கொண்டு வெளியே வந்தான் பெரியசாமி.

'பெரியசாமி, இத பாரு, இவர்தான் சின்ன முதலாளி.'

'கும்புடறேங்க!'

ப்ரேம் தன் தலையை ஒரு தடவை சாய்த்தான். சிகரெட் பற்ற வைத்துக்கொண்டு சுற்றிலும் பார்த்தான்.

'பெரியசாமி! அது யாரு, பார்த்தியா?'

'அட! நம்ம காதரு! டேய் காதர் பையா! என்ன இதெல்லாம் புதுசா, கால் சராய், சட்டை?'

காதர் காக்கி உடைகளில் தொளதொளவென்று வெட்கப்பட்டுச் சிரித்து 'ச்' என்றான். 'அந்தப் பொண்ணு எங்கங்க?'

'எசமானரு ஒரு விசயமில்ல கேக்க வந்திருக்காரு. பெரியசாமி! ஒரு தபா நாங்க வந்திருந்தப்ப உம் பொண்ணு ஒரு கல்லை காதர் கிட்டக் கொடுத்ததாமில்ல?'

'கல்லா?'

'ஆமா. கூளாங்கல்லு மாதிரி. தபாரு! இத்தனை பெரிய கல்லு.'

'ஆ ஆமா! ஞாபகமிருக்கு.'

'அந்தக் கல்லு எங்க கிடைச்சது அதுக்கு?'

'ஏங்க, கல்லுல என்ன?'

'கல்லுல ஒரு மண்ணுமில்ல. அது எங்க கிடைச்சுது தெரியணும்' என்றான் ப்ரேம்.

'அது எம் பொண்ணுக்குத்தாங்க தெரியும். எப்பப் பார்த்தாலும் பூமியில தோண்டிக்கிட்டே இருக்கும். எதுனாச்சியும் பளபளன்னு கிடைச்சுதுன்னா அவ அம்மாகிட்டக் கொணாந்து கொடுத்திடும்.'

'பொண் எங்க? அதைக் கேள்' என்றான் ப்ரேம்.

'அதுக்கு பேச வராதுங்க. ஊமை.'

'சர்தான்!'

'இருங்க, நான் கேட்டுப் பார்க்கறேன். காதர்! நேராப் போனா குளத்தடி மரத்திலே ஊஞ்சல் ஆடிக்கிட்டிருக்கும். கூட்டியா!'

காதர் குதித்துக் குதித்து ஓடினான். சின்னதாக மரம், சின்னதாக ஊஞ்சல்: விழுந்தால் சிரிப்புத்தான் வரும். செல்லமாகத்தான் அடிபடும்.

ஊஞ்சல் ஆட ஆட இவற்றின் ஊடே சூரிய ஜாலம் தரும் இலவச வைரங்கள். மனோகரியின் மௌன உலகில் மனசுக்குள் வார்த்தைகள் அற்ற கனவுக் காட்சிகளில் அப்பா வெள்ளைச் சட்டை அணிந்து அம்மா நிறைய நகைகள் அணிந்து தன்னை முன்னே நிறுத்திப் பார்க்க, தனக்கும் பேச்சு என்றால் என்ன

வைரங்கள் ● 47

என்பது புரிகிறது. காதர் தொட திடுக்கிட்டுத் திரும்பினாள்! அடையாளம் தெரியவில்லை. காதர் தன் காதை இழுத்து நாக்கை நீட்டினான். அட இவனா!

'உங்கப்பா கூப்பிடறாங்க' என்று அபிநயித்தான்.

'அப்பாவா! வரேன்' என்று ஆவலுடன் ஓடினாள். காதர் கூடவே தன் ஸ்பீடைக் குறைத்துக்கொண்டு சமமாக ஓடினான்.

பெரியசாமி, காதர், தாஸ், கொஞ்சம் ப்ரேம் எல்லோரும் முயன்று பார்த்தார்கள். அந்தக் கல்லை எங்கே பொறுக்கினாய் என்கிற கேள்வியை அவளுக்குப் புரிய வைப்பதற்கு.

ம்ஹூம். குழந்தை திருதிருவென்று விழித்தது.

'அதும் அம்மாவாலேதாங்க முடியும்' என்ற பெரியசாமி உள்ளே சென்று தட்டி மறைவுக்குப்பின் பேசினான். சற்று நேரம் கண்ணாடி வளையல் ஒலி கேட்டது. திலகம் தன் முழங்கை வரை துடைத்துக் கொண்டு வெளியே வந்தாள்.

திலகம் தன் பெண்ணுக்குமுன் மண்டியிட்டுக்கொண்டு கீழே இருந்த ஒரு கல்லை எடுத்து, அன்னிக்கு என்று கையைப் பின்னால் காட்டி, காதரைக் காட்டி அவன் கையில் பொறுக்கின கல்லைக் கொடுத்து 'எங்கே கிடைச்சுது?' என்று ஓர் அபிநய முத்திரை செய்து முடித்தாள்.

ப்ரேம், திலகத்தையே பார்த்துக்கொண்டிருந்தான். அந்த மௌன பாஷையின் அசைவுகளோடு அவள் அங்கங்கள் அசைவதும் நெற்றியில் பெரிசாகப் பொட்டும் மெல்லிய உதடுகளும்...

'பாப்ரே, இந்த இடத்தில் இப்படி ஒரு வைரம் இருக்கிறதா?'

புரிந்துகொண்ட மனோகரி தன் தாயின் புடைவைத் தலைப்பைப் பிடித்து இழுத்துக் கடையின் பின்புறம் கூட்டிச் சென்று - எல்லோரும் அந்தச் சிறுமியைப் பின்தொடர, ஒற்றையடிப் பாதை தாண்டி, ஆலமரத்தடியில் தொங்கின ஊஞ்சலைத் தாண்டி, சுனை விளிம்பில் நடந்து தரிசு நிலத்துக்கு வந்து 'இங்கேதான் கண்டெடுத்தேன்' என்று காட்டியது.

ப்ரேம் மண்ணைக் காலால் கிளறிப் பார்த்தான். சுரணை சுரணையாகக் கரிசல் உருண்டைகள், காட்டுச் செடிகள், ஓரத்தில் பெரியசாமி பட்டபாடு, ஒரு சின்னப் பசுமைச் சதுரம்.

'இந்த நிலம் யாருக்குச் சொந்தம்?'

'என்னதுதாங்க.'

'எத்தினி ஏக்கரா?'

'ஏக்கரா கணக்குத் தெரியாதுங்க. அந்த ஆலமரம் வரைக்கும் என்னதுங்க. தரிசுங்க! பாடு ரொம்பங்க!'

'அதுக்கு அப்பாலே?'

'அதெல்லாம் பொறம்போக்கு கவுர்மெண்டு நிலம்.'

தாஸ், 'இங்கதான் கல்லு கிடைச்சுதாம்மா?' என்றான்.

'அப்படித்தான் குளந்தை சொல்லுது!'

ப்ரேம் சுற்றிப் பார்த்தான். கொஞ்ச தூரத்தில் திலகம் நிலம் நோக்கியபடி நின்றுகொண்டிருந்தாள். ப்ரேம் பார்ப்பதைப் பார்த்ததும் தன்னை இன்னும் மூடிக்கொண்டாள்.

'பெரியசாமி! இந்த நிலம் எனக்கு வேணும்!'

'இதுல ஒண்ணும் வெளையாதுங்க!'

'பட்டா எல்லாம் சரியா இருக்குல்ல?'

'என்னங்க?'

'பட்டா! காயிதம்! பத்திரம்!'

'இருக்குதுங்க. எங்கப்பாரு நிலமுங்க இது. அவரு காலத்துக் கப்புறம் எனக்கு வந்திருச்சுங்க.'

'பெரியசாமி இந்த நிலத்தை வித்துடறது. சேல் பண்ணிடறது.'

'ஏங்க?'

'நல்ல விலைக்கு வரும்.' யோசித்தான். 'இந்த இடத்திலே ஒரு சின்ன கல்லு ஃபாக்டரி வெக்கறான் நான். அதுக்கு உன் நிலம் வேணும். இங்க இந்த இடத்துக்கு என்ன உண்டோ அதுக்குக் கொஞ்சம் ஜாஸ்தி பண்ணியே கொடுக்கறது. சேட்டுக்கு உன் நிலம் புடிச்சுப் போச்சு. நம் கைல கொடுத்துடறது.'

‘இல்லீங்க!’ என்றான் பெரியசாமி.

‘என்னது?’ என்ன இல்லே?’

‘நான் கொடுக்கறதில்லீங்க.’

‘நல்லா யோசிச்சுப் பாரு. நல்ல கீமத் தர்றான்.’

‘எனக்கு வேண்டாங்க. அக்கம்பக்கத்தில எவ்வளவோ இடம் இருக்குது. ஃபாக்டரி வைச்சுக்குங்க.’

‘அக்கம்பக்கம் கவர்ன்மெண்ட் ஜமீன் மேன்! அவுங்க கொடுக்கறதில்லே.’

‘நானும் கொடுக்கறதில்லே. எங்கப்பாரு சாவறச்சே சொல் லிட்டுப் போயிருக்காரு... ‘பெரியசாமி, நிலத்தை மட்டும் வித்துறாதே.’ ரொம்ப ஒளைச்சு தரிசைக் கொஞ்சம் கொஞ்சமா பசுமை ஆக்கியிருக்காருங்க அவரு!’

‘வேற நிலம் சிங்காநல்லூர் பக்கம் தரேன் மேன். ஃபஷ்ட் கிளாஸ் நிலம்!’

‘எஜமான்! இந்த இடத்திலே பிரத்யேகமா என்ன இருக்குது?’

‘ப்ரத்தியேகம் மத்லப்?’

‘பெஷலா இந்த இடம்தான் வேணுமான்னு கேக்கறான்.’

‘ஆமா! ஏன் சொன்னா குவாரி பக்கத்துல இருக்குது. ஸ்பெஷலா கட்டடக் கல்லுங்க சில கிடைக்கும். க்ரஷர் வெச்சுறலாம்னுட்டு!’

‘பக்கத்தில வேற இடம் பாருங்க...’

‘என்ன மேன், திருப்பித் திருப்பிச் சொல்றே! பக்கத்ல கவர்ன் மெண்டு ஜமீன்! நல்ல ஆஃபர் கொடுத்தா மாட்டேன் மாட்டேன் சொல்றியே!’ என்றான் கோபத்துடன்.

பெரியசாமி களையைப் பிடுங்கிப் போட்டு, ‘சரிதான் போய்யா’ என்றான்.

தாஸ் தன் முதலாளியைத் தனியாக அழைத்து, ‘நீங்க கொஞ்சம் விட்டுப் பிடிங்க. அப்புறம் இவன்கூடப் பேசித் தீர்த்து வைக்கிறேன். கொஞ்சம் தண்ணி போடற ஆசாமி. முதல்ல ரப்பாத்தான் பேசுவான்!’

ப்ரேம் அதற்கு மேல் அதிக ஆர்வம் காட்ட விரும்பவில்லை. முதலில் பட்டாவைப் பார்க்கலாம். 'இந்த எடம் எந்த ஊர் பஞ்சாயத்தைச் சேர்ந்தது?'

'நெடுப்பாக்கம்ங்க.'

'தாஸ் அங்கே போயி கொஞ்சம் ரெவின்யூ ரிக்கார்ட்ஸ் பார்த்துற லாம். என்ன? பெரியசாமி! அப்ப உனக்கு என் ஆஃபர் வேண்டாம். பரவா நஹி. எனக்குக் கோபமில்லை. நான் கேட்டேன், நீ மாட்டேன் சொன்னே! அவ்ளதான். தீர்ந்துபோச்சு. ஜகடா வேண்டாம். சோக்ரி அளகா இருக்குது. பாவம் பேச்சு வராது. இல்லை? டாக்டர் காட்னியா?' என்றான் திலகத்திடம்.

'எல்லாம் நிறையக் காட்டிட்டங்க' என்றான் பெரியசாமி.

'ஒரு தடவை கூட்டி வாங்க. பெரிய டாக்டர், நான் சொன்னா இனாமாப் பாப்பாரு. வரட்டுமா? நமஸ்தே பேஹன்ஜி!'

கார் சென்றதும் திலகம் 'என்னவாம்?' என்றாள்.

'இவ்வளவு நாளி கேட்டுக்கிட்டுதானே இருந்த! நிலத்தை விக்கிறியான்னு கேட்டான் சேட்டு. மாட்டேன்னுட்டேன்.'

'சிங்காநல்லூர்ல வேற நல்ல நிலம் தரேன்னாங்களே!'

'சொன்னாங்க! அதுக்கு?'

'இந்த வெத்து நிலத்தைக் கட்டிக்கிட்டு மாரடிக்கிறதைவிட சிங்காநல்லூர் பக்கம் கிடைச்சதுன்னா பருத்தி, சோளம் எதுவானா வெளயுமுங்க! அங்க இந்தப் பாடில்ல. என் தம்பி வேறே இருக்கான் அங்கனே!'

'ம்ஹூம். எங்கப்பாரு நிலத்தை நான் செத்தாலும் விக்க மாட்டேன்.'

'க்கும், டீக்கடையில ஆயுசு பூராவா?'

'இதுல உனக்கு என்னடி குறைவு?'

'ஒரு குறையுமில்லே, சந்தோ...சம்' என்றாள் சந்தோஷமின்றி.

'சில வேளையில ஒன்னைப் புரியமாட்டேங்குது திலகம்!' என்றான் பெரியசாமி.

'தாஸ்! உனக்கு அந்தாளை எவ்வளவு நாளா தெரியும்?'

'நல்ல பளக்கங்க.'

'ஒரு தபா அவுங்களை டவுனுக்குக் கூட்டியாறியா?'

'மூணு பேரையுமா?'

'இல்லை, ரெண்டு பேரையும்.'

'சரிங்க.'

'சீக்கிரமே.'

'சரிங்க.'

'பட்டா அப்புறம் பார்க்கலாம். நேரே வக்கீல் வீட்டுக்கு ஓட்டிரு.'

6
லைசென்ஸ்

To enter upon the lands and or search
or win or carry away an dispose of minerals.

ராகவாச்சாரி, பெரிய சேட்டு சின்ன சேட்டாக இருந்த போதிலிருந்தே அவர்கள் குடும்பத்துக்கு வக்கீல். பத்திரம் எழுதுவதில் மன்னர். சிக்கலான ஆங்கிலச் சொற்களைக் கொண்டு அவர் எழுதிய டாகுமெண்டு களினால் கோர்ட்டுக்கு நடையாக நடந்த குடும்பங்கள் பற்பல. பாகம் பிரிப்பதில் சூரர். பிராது கொடுப்பதில் விற்பன்னர். போக்கியத்துக்குக் கொடுத்த சொத்துக் களை உடைமை ஆக்குவதில் சாணக்கியர். சேட் குடும்பத்துக்கு ஸ்திரமான வக்கீல். ரீடெய்னர் என்ற மாச சம்பளம் வாங்குபவர். ஆர்.எஸ்.புரத்தில் வீடு. அறுபது வயசுக்கு டயபடீஸ், ரத்த அழுத்தம் எந்தக் கோளாறும் இன்றி நாலாயிர திவ்யப் பிரபந்தம் வாசிப்பவர்!

ப்ரேம் நேராக அவர் வீட்டுக்குச் சென்று நிலைப்படி மேல் இருந்த அனுமார்-நாமம்-கருடன் போர் டுக்குக் கீழே செருப்பைக் கழற்றி உள்ளே நுழைந் தான். ஊஞ்சலில் ராகவாச்சாரி ஆடிக்கொண்டிருக்க, பக்கத்தில் கட்சிக்காரன் கைகட்டிக் கொண்டு நின்று கொண்டிருந்தான். பின்கட்டிலிருந்து பேத்தி மோகன வர்ணத்தை அட்டூழியம் பண்ணிக்கொண் டிருந்தது.

'ஆச்சரியமா இருக்கு. என்னைப் பார்க்க சின்ன சேட்டா?'

'ஒண்ணுமில்லை அய்யங்கார். எனக்கு ஒரு விஷயம் தெரியணும். சின்ன விஷயம்.' ஊஞ்சலில் உட்கார்ந்து அவருடன் ஆடினான்!

'சொல்லு' என்று அவன் தோள்மேல் வாத்சல்யமாகக் கை வைத்துக் கேட்டார்.

'இந்த ஆள் வெளில போறதா?' என்று கட்சிக்காரனைப் பார்த்தான் ப்ரேம்.

'கவுண்டரே! இப்படிக் காத்தாட வெளியே போயிட்டு வாங்க!'

'உத்தரவுங்க' என்று அவர் வெளியே போக, வக்கீல் ப்ரேமிடம், 'உன்னை விடப் பணக்காரன். எப்படி இருக்கான் பாரு!' என்றார். 'சொல்லு சேட்டு!'

'ஒரு இடத்தை வாங்கணும்.'

'வாங்கிட்டாப் போறது! அதுக்கென்ன!'

'எங்கே மால்த்தி?'

'காலேஜ் போயிருக்கா! எடம்னா வீடா, நிலமா?'

'நிலம்! விலைக்கு வாங்கி அங்கே நோண்டணும்.'

'நோண்டணுமா, தோண்டணுமா?'

'கட்பாரை கொத்திப் பாக்கறது.'

'அது தோண்டறது! நீயும் உன் தமிழும்!'

'முரசு படிக்கிறேன் அய்யங்கார். தோண்டி அங்கே ஏதாவது கடிக்குதா பார்க்கணும்.'

'கிடைக்குதா சொல்லு. கிடைக்குதா!'

'அதானே சொன்னேன்.'

'நிலத்தை வாங்கி அங்கே தோண்டணுமா? புதையலா? கிணறா? இல்லை குவாரியா? கல் உடைக்கற பிசினஸா?'

'இல்லை. வெறும் ஜமீன்.'

‘எதுக்குத் தோண்டணும்?’

‘சொன்னேனே, ஏதாவது கடிக்... கிடைக்குதா பார்க்கணும்.’

‘என்ன மினரல்ஸா?’

‘ஏதாவது.’

‘தங்கமா?’

‘தங்கம்? இல்லை! வேற ஏதாவது அலுமினியம், இரும்பு, மக்னிசீயம், எவ்வளவோ இருக்குதில்ல.’

‘அப்பாகிட்டே கேட்டியா?’

‘அப்பா ஒண்ணும் சொல்லமாட்டார்.’

‘நீ சொல்றதே கிளயரா இல்லை. புதுசா தோண்டற பிசினஸ் வேற ஏதாவது ஆரம்பிச்சிருக்கியா?’

‘அப்படித்தான் வெச்சுக்க சார். ஒரு ப்ராப்பர்ட்டி இருக்குது. அதை வாங்கி அங்கே பள்ளம் தோண்டி ஏதாவது கிடைக்குதா பார்க்கணும். அவ்வளவுதான்.’

‘ப்ராப்பர்ட்டி யாருது?’

‘ஒரு பாகம் பிரைவேட் பார்ட்டி, மத்தது புறம்போக்கு, பஞ்சாயத்து நெலம்.’

‘எங்கே இருக்கு?’

‘பாலக்காடு போற வழியிலே.’

‘அதை வாங்கித் தரணுமா?’

‘வாங்கி அந்த இடத்திலே ஏதாவது மினரல் அம்புடுதா பார்க்கணும், அவ்வளவுதான். அவன் விக்க மாட்டானாம்.

‘சரி! நான் என்ன செய்யணும்?’

‘அதை நீதான் சொல்லு அய்யங்கார்!’

‘யோசித்தார். ‘ஓஹோ!’ என்றார். சர்க்காருக்குத் தெரிஞ்சு பண்ணணுமா? தெரியாமலா?’

'முதல்லே தெரிஞ்சு பண்றதுக்கு என்ன ரூல்ஸ் சொல்லு!'

'நீ என்ன கேட்கிறேன்னே தெரியலை. ப்ராஸ்பெக்டிங் பண்ணறதா உத்தேசமா?'

'அதான் ப்ராஸ்பெக்டிங்!'

'அதுக்கு லைசென்ஸ் வாங்கணும். ப்ராஸ்பெக்டிங் லைசென்ஸ்.'

'அது ஒண்ணு வாங்கித் தந்துடு!'

'அதுக்கு முந்தி ஒரு சர்டிபிகேட்டுக்கு மனுப் போடணும். அந்த நிலத்தை நீ வாங்கணும்னுகூட அவசியமில்லை. சர்க்கார் நிலமா இருந்தா அதில் ஏதாவது கிடைக்கிறதான்னுட்டு ப்ராஸ்பெக்ட் பண்றதுக்கு அவுங்க அனுமதிக்கலாம். அதுக்கு லைசென்ஸ் இருக்கு. கலெக்டர் ஆபீசுக்கு மனுப்போட்டா அவுங்க ஸ்டேட் ஜியாலஜிஸ்டுக்கு அனுப்பிச்சு இண்டஸ்ட்ரீஸ் டிபார்ட்மெண்ட் செகரட்ரி...'

'சார், நீ சொல்றது ஒண்ணும் நம்ம ஸமஜ்ல வர்றதில்லை. எல்லாத்துக்கும் பந்தோபஸ்த் பண்ணிடுங்க. எங்கே கையெழுத்து போடணும் சொல்லுங்கோ. ப்ராப்பர்ட்டி ஒரு பாகம் ஒரு டீக்கடைக்காரன் வெச்சிருக்கான். தரமாட்டேன் சொல்றான்.'

'பட்டாவைப் பாத்தியா?'

'இல்லை.'

'அதென்னா முதல்ல பார்க்கணும். சில வேளையில் என்க்ரோச் மெண்ட்டாக்கூட இருக்கும். நிலம் அவனுதாவே இருக்காது!'

'பத்திரம் இருக்கு சொல்றான். ஆனா சேல் பண்ணமாட்டான்.'

'பார்த்துறலாம். வெள்ளிக்கிழமை கலெக்டர் ஆபீஸில் ஃபாரம் ஏ ஒண்ணு வாங்கிண்டு வரேன். முதலில் அப்ரூவல் சர்டிபி கேட்டு வேணும். அப்புறம் ப்ராஸ்பெக்டிங் லைசென்ஸ்.'

'வாங்கிக் கொடு! நான் வர்றேன்.'

'அப்பா எப்படி இருக்கார்?'

'நல்லா இருக்கார்' என்று அவசரத்தில் ஓடினான்.

'பெரியவனைத் தூக்கிச் சாப்பிட்டுறுவான் போல இருக்கு! இந்த வயசிலேயே ரத்தத்தில் இத்தனை பிஸினஸ்?'

வாசலில் மாலதி வர, ப்ரேம் நின்றான்.

'ஹாய் மால்த்தி.'

'ஹாய் ப்ரேம்.'

'நம்ம வூட்டுக்கு ஏன் வர்றதே இல்லை? புதுசா ரிக்கார்ட்ஸ் வாங்கி இருக்குது. போனி எம். அப்புறம், ஆபா வூலே வூ கேட்டிருக்கியா?'

'மாலதி!' என்ற அதட்டும் குரல் உள்ளேயிருந்து கேட்க அவள், 'ஸியூ' என்று ஓடினாள்! ப்ரேம் அங்கிருந்து புரொபசர் சர்மாவின் வீட்டுக்குச் சென்றான்.

'அடயாம்பொன்னா! சிங்காநல்லூர்ல போயிட்டு இருக்கலாம்லே, நெலம் அவத்தால இவத்தால இருந்தா என்னவாம்? என்ற பேச்சுக்கேளு. நல்ல வெலைக்கு வந்தா வித்துரு!'

பெத்தாச்சி கட்டிலில் உட்கார்ந்திருக்க, பெரியசாமி சற்று மரியாதையாகவே அருகில் நின்றான்.

'அப்பாரு நிலங்க, அதான்!'

'விக்க முடியாதாம்ல?' என்றாள் திலகம்.

'யா...ரு சொன்னா? உம்பேர்லேதான இருக்கு! வித்துப் போட்றா கண்ணு!'

'ப்ச்! இது பளகின இடங்க!'

'சிங்காநல்லூர் மட்டும் என்னவாம்?'

'நா மாட்டங்க!' என்று தலையாட்டினான் பெரியசாமி.

'அழிச்சாட்டியம் பண்ற பொன்னா! நானு பெரியவன். பேச்சைக் கேக்க மாட்டே?'

'எல்லாருஞ் சொல்லிப் போட்டம் பெரியப்பா!' என்றாள் திலகம். 'பொண்ணுக்கு வைத்தியம் பாத்தறலாம்ல? அவங்களே பார்க்கறன்னாங்க!'

'இல்லீங்க?'

'ராத்தவறாமே குடிச்சுப் போடறாங்க! சொல்லி வைங்க!'

'இது எம்பொன்னா?'

'இந்தா திலகம்! ஏய் பொய் சொல்லாதே! எப்பனாச்சியும் ஒருக்கா குடிப்பனுங்க.'

'அதுகூட யேதுக்கு? குடல் அரிச்சு ஜல்லி மாரி ஆயிரும்! சினிமால காட்டினாங்க கிராமத்திலே.'

பெரியசாமிக்குக் கோபம் வந்தது. கவுண்டரைப் பார்த்தான். எப்போது போகப் போகிறார்? ராத் தங்குவாரா? திலகத்தின் பெரியப்பா எழுபது வயதுக்கு திடகாத்திரமாக இருந்தார். கரிய கற்சட்டி போன்ற முகத்தில் பெரிய பெரிய வெண் சிறகுகள் போல் மீசை. பப் என்று உட்கார்ந்து திலகம் தந்த பன்னை மடியில் வைத்துக்கொண்டு மென்று மென்றுகொண்டே பேசினார். அருகே மனோகரியைக் கட்டிக்கொண்டிருந்தார். உடம்பெல்லாம் மச்சங்கள்.

'ராத்திரி இருப்பீங்களா?'

'என்ன திலகம்?'

திலகம் பதில் சொல்வதற்குமுன், 'அஞ்சு மணி பஸ் இப்ப வந்திருமில்ல?' என்றான் பெரியசாமி.

திலகத்துக்குச் சுறுக் என்றது. பெரியப்பாவை ஏறக்குறைய போ என்று சொல்வதுபோல இருந்தது. அவர் மெதுவாக எழுந்து சரக்குப் பையை எடுத்துக்கொண்டு, 'வரேன் பொன்னா! வரேங் கண்ணு!' என்று நடந்தார். அவரை வழியனுப்பிவிட்டு வந்த பெரியசாமி உடனே அவளைக் கோபித்தான்.

'திலகம்! என்ன நீ! தினமா நான் குடிக்கிறேன்?'

'ஆமாம்! ஒரு வாரமா அப்படித்தானே!'

'கிளவன் ஊரெல்லாம் சொல்லிப் போடுவான்.'

'சொல்ல மாட்டாரு!'

'நீ செய்யறது நல்லாருக்கா?'

'குடிக்க மாட்டன்னு சொல்ல மாட்டீங்களா?'

'இந்த மாதிரி போற வர கண்டவங்ககிட்ட எல்லாம் புகார் செஞ்சா தினம் இல்ல வேளைக்கு வேளை குடிப்பேன்!' என்றான் அர்த்தமில்லாத கோபத்துடன்.

'உங்களுக்கு நல்லதுக்குத்தானே?'

'சும்மாயிருந்தா எனக்கு நல்லது.'

'அவரு என் பெரியப்பாரு! அவருகிட்ட சொல்லாம வேற யார்கிட்ட சொல்லிக்குவேன். எனக்கு வேற யாரிருக்கா?'

'த! சும்மா புலம்பாதே!'

மனோகரி அம்மா அப்பாவின் வாயசைவுகளைக் கவனித்தாள். அப்பாவின் நெற்றி சுருங்கிப் பெரிசாக வாயைத் திறந்து கையைப் பெரிசாக ஆட்டி ஆட்டிப் பேசறார். அம்மா கண்களில் ஜலம் வருகிறது. புடைவைத் தலைப்பால் வாயைப் பொத்திக் கொள்கிறாள். மனோகரியும் சேர்ந்து அழ, பெரியசாமி இருவரையும் வெறுப்புடன் பார்த்துவிட்டு, துண்டை உதறிவிட்டு நேராக மெயின்ரோடு பக்கம் நடந்தான்.

அம்மா இன்னும் அழ, மனோகரி அவள் புடைவைத் தலைப்பைப் பிடித்து இழுத்து இடுப்பில் பிறாண்டி, 'வேண்டாம்மா, அழாதே' என்று தலையாட்டிச் சைகை செய்தாள்.

மனோகரி எத்தனையோ சொல்ல விரும்பினாள். தன் தாயின் விழியோரத்தில் வழியும் கண்ணீர் முகத்தை நிறுத்துவதற்கு அவள் நிறையச் சொல்ல விரும்பினாள். 'உ அ எ அ!' என்ற அமானுஷ்ய சத்தங்கள்தான் வெளிவந்தன. அவன் போய் ஒரு மணி ஆயிற்று. குடிக்கத்தான்! திலகம் தன் மகளை மார்புடன் அணைத்துக்கொண்டு கட்டிலில் உட்கார்ந்தபோது கார் வந்து நின்றது! டிரைவர் சீட்டிலிருந்து ப்ரேமும் இந்தப் பக்கத்திலிருந்து புரொபசர் சீனிவாச சர்மாவும் இறங்கி வந்தார்கள்.

திலகம் சட்டென்று கடைக்குள் நுழைந்துகொண்டாள்.

'பெரியசாமி பெரியசாமி' என்றான் ப்ரேம்.

'அவரு இல்லீங்க! வெளியே போயிருக்காருங்க.'

வைரங்கள் ● 59

‘இவரு என் தோஸ்த் ஃபாதர். நிலத்தைப் பார்க்கலாமா? எப்ப வரது பெரியசாமி?’

‘தெரியலீங்க!’

‘நிலம் பார்க்கலாமா சிஸ்டர்?’

‘பாருங்க!’ என்றாள் தயக்கத்துடன். ‘ஆனா, விக்கமாட்டன்னு சொல்லிட்டாரே.’

‘கோயி பாத் நஹி! நீங்க போ சார் முன்னாலே.’

புரொபசர் நேராக நடக்க, ப்ரேம் சற்றுத் தயங்கி ஒரு சிகரெட் வாயில் பொருத்திக்கொண்டு பையைத் தொட்டுப் பார்த்து... கடைக்குள் வந்து ‘தீப்பெட்டி இருக்குமா?’ என்றான்.

திலகம் தீப்பெட்டியை எடுத்து மகள் கையில் கொடுத்தாள். அவனிடம் சென்ட் வாசனை அடித்தது. பாதங்கள் அவ்வளவு வெளுப்பாக இருந்தன.

பற்ற வைத்து ‘இந்தாங்க’ என்று திருப்பிக் கொடுக்கையில் திலகத்தைத் தொட்டான்.

‘ப்ரேம், இங்க வாய்யா!’ என்று புரொபசர் கூப்பிட, வெளியே வந்தான்.

இன்றைக்குத் தலை சீவக்கூட இல்லை. முகம் கழுவக்கூட இல்லை என்று திலகம் நினைத்தாள்.

ப்ரேம் நிலத்துக்கு வந்து கீழே இருந்த கற்களைப் பொறுக்கிப் பார்த்தான்.

‘என்ன, பார்த்தீங்களா?’

பேராசிரியர் ஒரு கல்லை லென்ஸ் மூலம் ஆராய்ந்து கொண்டிருந்தார். அலுவியல் ஸாயில்! எதிர்தாப்பல மலை! ப்ரேம்! இந்த இடத்தில் வைரம் கிடைக்கறதுக்கு நிறைய சான்ஸ் இருக்கு! எக்ஸலண்ட் சான்ஸஸ்! ஒரு பைப்பு அகப்பட்டா போதும்.’

‘பைப்பா?’

‘பைப் லைன்னு சொல்வாங்க! பூமிக்கு அடியில் ஒரு பெரிய மலைப்பாம்பு மாதிரி ஒரு பைப் லைன். அது எங்க இருக்குதுன்னு கண்டுபிடிச்சுட்டா?’

'கண்டுபிடிச்சுட்டா?'

'பூரா வைரமா இருக்கும்!'

'இந்த நிலத்திலே அது இருக்குமா?'

'இருக்கலாம்! அந்த பைப்புடைய வாய் எங்கேன்னு பார்க்கணும். எதுக்கும் இந்த இடத்தை வாங்கிப் போட்டுடு! கொஞ்சம் கொஞ்சமா எக்ஸ்கவேட் பண்ணணும். இதப் பாரு! எல்லாம் மெட்டமார்ஃபிக்! நிறைய சான்ஸ் இருக்கு. வாங்கிடு! வாங்கிடு! எப்படியாவது வாங்கிடு. இந்த ஏரியா முழுக்கத் தேடலாம். சின்னப் பெண்ணுக்கு இந்த இடத்தில் அகப்பட்டிருக்கு! அதனால் இந்த நிலத்தில் கிடைக்கிறதுக்கு நிறையச் சந்தர்ப்பம் இருக்கு!'

'தாங்க்ஸ் புரொபசர்! எப்படியாவது வாங்கிப்புட்றேன்! அப்புறம் இந்த விஷயம் உங்ககிட்டேயே இருக்கட்டும்! வக்கீல் கிட்ட ஒரு லைசென்ஸுக்கு அப்ளிகேஷன் போடச் சொல்லியிருக்கேன். கிட்டற வரைக்கும் கொஞ்சம் கப்சாப்பா இருந்தா நெல்லது!'

'சரி! சரி!'

'இது ஓனர்தான் கொஞ்சம் தகறார் பண்ணுவான் போல இருக்கு.'

'யார்றாவன் என் நிலத்தில?'

ப்ரேம் திடுக்கிட்டுத் திரும்பினான்.

'வந்துட்டியா பெரியசாமி!'

'மறுபடி வந்துட்டியா சேட்டு! இது யாரு?' பெரியசாமி ஆடினான். அவன் கண்கள் ஸ்திரமற்று ப்ரேம் சட்டைப்பையின் மேல் பதிந்து ஆடின.

'இன்னா சேட்! சும்மா சும்மா தொந்தரவு பண்றே. நிலம் கிடையாது. யார்றாவன் என் நிலத்தை கேக்குறது. என் நிலம், என் அப்பன் நிலம். என் பாட்டன் நிலம்.' கீழே இருந்து மண் எடுத்துத் தன் தலைமேல் போட்டுக் கொண்டு, 'என்ன வேணா செய்வேன். விக்கமாட்டேன்' என்றான்.

'விக்க வேண்டாம்! பெரியசாமி! விக்க வேண்டாம்' என்றான் ப்ரேம்.

பெரியசாமி புதிதாக நடை கற்றுக்கொண்ட குழந்தை போல் நடந்து வந்து ப்ரேமின் கன்னத்தில் பளீர் என்று அறையும் நோக்கத்துடன் ஒரு வீசு வீச, அவன் ஒதுங்கிக்கொள்ள, தன் நிலத்தில் விழுந்தான்.

7
சில ஏற்பாடுகள்

வீடு திரும்பியதும் ப்ரேம் தன் தகப்பனாரிடம் சென்றான். மாடிப்பக்கம் திண்டு வைத்த அறையில் பெரிய சேட்டு அகர்சந்த், சரபோஜி மகாராஜா மாதிரி உட்கார்ந்திருந்தார். 'என்ன மகனே?'

'அப்பாஜி! ஒரு நிலத்தை வாங்கவேண்டும். சொந்தக்காரன் தரமாட்டேன் என்கிறான்.'

'நிலம் எதற்கு?'

'அந்த இடத்தில் வைரம் கிடைக்கும் என்று தோன்றுகிறது.'

'வைரமா?'

விவரமாகக் கேட்டபின், 'மகனே! நம் குலத்துக்கு இந்த மாதிரி வழக்கங்கள் கிடையாது. தொன்று தொட்டு நாம் லேவாதேவி கொடுக்கல் வாங்கல், கட்டடம் கட்டி வாடகைக்கு விடுதல், இவற்றில் தான் நம் அனுபவம். இந்த மாதிரி புதிய சமாசாரங் களில் காசைப் பாழாக்கும் முன், தீர யோசித்துப் பார்க்கவேண்டும்.'

ப்ரேம் தன் பையிலிருந்து அழுக்குக் கல்லை எடுத்துக் காட்டினான். 'அப்பாஜி இது என்ன?'

'கூழாங்கல்' என்றார். 'எனக்குக் கண்ணில் பார்வை மங்கல். கூழாங்கல் மாதிரிதான் தெரிகிறது.'

'இது ஒரு வைரம். தீட்டினால் இரண்டரை லட்சமாவது பெறும். இந்தக் கல் அந்த நிலத்தில் தோண்டும்போது கீழே கிடைத் திருக்கிறது. மண்ணில்! இரண்டரை லட்சம் சம்பாதிப்பதற்கு நீங்கள் எத்தனை நாட்கள் பாடு பட்டிருக்கிறீர்கள்? எத்தனை பத்திரங்கள்? எத்தனை அழுக்குப் பாத்திரங்கள்? கைக் கடி காரங்கள்!' மறுபடியும் அந்தக் கல்லைப் புரட்டி 'பைப்லைன் என்று சொல்கிறார்கள். அந்தப் பிரதேசத்தில், எங்கோ ஓர் இடத்தில் பைப்லைன் இருக்கிறது. அதை மட்டும் கண்டுபிடித்தால் நாம் கோடீஸ்வரர்கள்.'

'அதிகப் பணம் உதவாது மகனே! ஜாக்கிரதை!'

'நான் அந்த நிலத்தை எப்படியாவது அடைவது என்று தீர் மானித்து விட்டேன் அப்பாஜி. அதற்கு வழி சொல்லுங்கள்' என்றான் ப்ரேம்.

'முதலில் நிலம் யாருடையது என்று ரிக்கார்டுகளைப் பார்த்துத் தெரிந்துகொள். கிராமத்துக்குப் போய் ரெவின்யூ உத்தியோகஸ் தர்களைக் கேட்டுப் பார். சொத்துக்கு உடைமை யார் என்பது முதலில் தெரியவேண்டும்.'

'ஒரு டீக்கடைக்காரன்.'

'நீ பத்திரத்தைப் பார்த்தாயா?'

'இன்னும் இல்லை.'

'முதலில் அதைச் செய். அப்புறம் லஞ்சம். இங்கே லஞ்சம் நிறையப் பேசும். லஞ்சத்தின் மதிப்பை அறிந்துகொள். வக்கீல் சொல்வார். யாருக்கு எவ்வளவு பணம் கொடுத்தால் என்ன என்ன சாதிக்கலாம் என்பதை. லஞ்சத்தொகை முழுவதையும் முதலில் கொடுத்துவிடாதே. பத்து பைசா கொடு. காரியம் ஆனபிறகு தொண்ணூறு பைசா கொடு. என்ன?' ப்ரேம் மௌனமாகத் தன் பிதாவின் அனுபவ முத்திரை பதிந்த உபதேச மொழிகளைக் கேட்டுக்கொண்டான்.

'கோயமுத்தூர்ல வைரக்கல்!' என்றார் புரொபசர் சீனிவாச சர்மா. எப்போதாவது புரொபசர் காஸ்மாபாலிடன் கிளப்புக்குப்

போய் ப்ரிட்ஜ் ஆட்டம் ஆடுவார். தன் நெடுநாள் நண்பர் வேதமூர்த்தியிடம் இந்த வைரத்தைப் பற்றிச் சொல்லாவிட்டால் புரொபசருக்கு மண்டை வெடித்துவிடும்போல இருந்தது.

சர்மாவுக்கு அந்தக் கண்டுபிடிப்பின் வியாபார, பொருளாதார சாத்தியங்கள் முக்கியமானதாகப் படவில்லை. ரொம்ப நாள் முன்பு தான் சொன்னது சத்தியமாகிவிட்டது பற்றித்தான் அவருக்குப் பெருமை. அதற்காக யாராவது அவருக்கு சபாஷ் சொல்லவேண்டாமா?'

'ஹிந்துவிலே ஆர்ட்டிக்கிள் எழுதியிருந்தேன் வேதம். மினரல்கள் நிறைய இங்க கிடைக்குது; வைரம் கூடக் கிடைக்கும்னு எழுதி னேன். எப்ப? அன்னிக்கு... பத்து வருஷம் முந்தி! இப்ப அது உண்மையாயிடுத்து!'

'ஸ்பேடைப் போடறியே, துருப்பு இல்லையா?'

'துருப்பு என்ன?'

'சரியாப் போச்சு! டைமண்ட்.'

'டைமண்ட் தொக்கி இருக்கே.'

'நாசமாப் போச்சு! போட்டுத் தொலை?'

'ராலிமுக்கு, பாலக்காடு போகிற பாதையில் ஒரு திருப்பம், அங்கே வைரம் கிடைக்கிறதுக்கு நிறைய சான்ஸ்!'

அருகே இருந்த சதாசிவ ராவ் இதைக் கேட்டுக்கொண்டிருந்தார். திடீரென்று நிமிர்ந்து எழுந்து சர்மாவிடம் வந்து, 'என்ன இடம் சொன்னீங்க?' என்றார்.

'ராலிமுக்கு.'

தாஸ் கட்டிலில் உட்கார்ந்தான். பெரியசாமி எதிரே நின்று கொண்டு தரையைப் பார்த்துக்கொண்டு தன்னை அறியாமல் கோடுகள் கிழித்துக்கொண்டிருந்தான்.

'இந்தப் பிடிவாதம் உதவாது மாப்ளே உனக்கு! சின்னவரு எவ்வளவு தரேன்னு சொல்றாப்ல?'

எவ்வளவு என்று பெரியசாமி கேட்கவில்லை.

'அவரு சொல்றதைத்தான் கொஞ்சம் காது கொடுத்துக் கேளுங் களேன்!' என்று உள்ளே இருந்து திலகத்தின் குரல் கேட்டது.

'தப்பாரு! போட்டன்னா...'

'பொண்டாட்டியைச் சவுட்டிக்கிட்டே இரு. அதான் தெரியும். முகத்தின் முன்னால் லெச்சுமி வந்து தாண்டவமாடுறா! அது தெரியலையா?'

'தாஸண்ணே! எனக்கு லெச்சுமியும் வேண்டாம், சரசுவதியும் வேண்டாம்!'

'பத்தாயிரம் ரூவாடா! கையகலம் தரிசாக் கிடைக்கிற நிலத் துக்குப் பத்தாயிரம் ரூவாடா! சுளையா இதைவிட வேற என்ன வேணும் உனக்கு?'

'வெச்சுக்கிட்டு என்ன செய்யறதுன்னே தெரியாது. என் நிலம் போறுங்க எனக்கு. இதை எனக்கு நல்லாவே தெரியும். இதில் இருக்கிற பொளப்பு போறுங்க. அதிகம் ஆசைப்படாதேன்னு அப்பாரு சொல்லிக்கிட்டே இருப்பாரு. ஏதோ உளுந்து, பயறுன்னு போடுறேன். வருது! தேவைப்பட்டா காசு கிடைக் குது. வாரம் ஒரு தபா, ரெண்டு தபா குடிக்கிறேன். சந்தோஷமா இருக்கேன். உங்க மாதிரி நல்ல மனுசங்க சகவாசம் இருக்குது. போதுங்க!'

'கடைசி முறையாச் சொல்லு, நான் எஜமானுக்குத் திட்டவட் டமா பதில் வாங்கியாறதாச் சொல்லியிருக்கேன் இன்னிக்கு. விக்கப் போறியா இல்லையா?'

'இல்லைங்க!'

'தங்கச்சி! கேட்டுக்க, இப்படி ஒரு நல்ல விலையெ எவனும் தரமாட்டான்!'

'நான் என்னங்க சொல்றது? அவர் பிடிவாதம் பிடிச்சாருன்னா!'

'த! சும்மாரு. பொட்டைக் கம்மனாட்டி! ஆம்பளைங்க பேசறப்ப குறுக்க பேசாதே. மூதேவிக் களுதே!'

திலகத்துக்கு அழுகை வந்தது. என்ன ஒரு பிடிவாதம் இந்த மனுஷனுக்கு. சிங்காநல்லூரில் நல்ல நிலம் தருகிறேன்

என்கிறார்கள். பத்தாயிரம் பணம் தருகிறேன் என்கிறார்கள். வித்துத் தொலைக்காமல் செத்துப்போன அப்பன் ஏதோ சொல்லிப் போட்டுப் போய்ட்டான் என்று இப்படி 'எல்லார்' முன்னிலையிலும் என்னை மூதேவி, கழுதை என்று திட்ட வேண்டியது. குடித்துவிட்டு ராத்திரியிலே கொட்டம் அடிக்க வேண்டியது. ஊமைப் பிள்ளையைப் பற்றிக் கவலையே கிடையாது. பெண்டாட்டி என்பவள் ஓர் அடிமை மாடு! செக்கு மாடு. சுற்றிச் சுற்றி வாழ்க்கை பூரா ஒரே வட்டம்!

'ஏ! காதரு வாடா?' என்றான் தாஸ்.

காதர், மனோகரியிடம் விளையாடிக்கொண்டிருந்தவன் கடைக்குள் வந்து திலகத்திடம் 'தண்ணி குடுங்க அக்கா' என்றான். 'ஏங்கா அழுவுறீங்க?'

'இல்லை காதர், புகை!'

'அழுவாதீங்கக்கா!' என்று சொல்லிவிட்டுப் பொறுமை இன்றி ஹாரன் அடித்துக்கொண்டிருந்த லாரிக்கு ஓடினான்.

தாஸ் சென்ற பிற்பாடு ஒரு மணி பஸ்ஸில் ஓர் ஆசாமி இறங்கி வந்து சுற்றுமுற்றும் பார்த்துக்கொண்டே வந்தான். காதில் வைரக் கடுக்கன். கழுத்தில் சுருக்கு போடப்பட்ட துண்டு. கதர் வேட்டி, பாணலி கிராப், உதடுகளைப் பூரா மறைத்த நரைத்த மீசை.

'ராலிமுக்குங்கறது இதுதானே?'

'ஆமாங்க.'

'ஷ்... அப்பாடா!' என்று கயிற்றுக் கட்டிலில் உட்கார்ந்தான். 'ஒரு காபி குடேன்.'

'காபி இல்லீங்க, டீதான்.'

'சரி, டீ கொண்டுவா.'

'டீ சாப்பிட்டுக்கொண்டே சதாசிவ ராவ், 'இந்த இடம் உன்னதா?' என்றார்.

'ஆமாங்க.'

'இதை யாரும் வந்து விலைக்குக் கேட்டாங்களா?'

'ஆமாங்க. ஒரு சேட்டுப் பையன்.'

'வித்துட்டியா?'

'இல்லீங்க, விக்கமாட்டேங்க!'

'வித்துறாதே! எத்தனை கேட்டான்?'

'பத்தாயிரம்.'

'பாப்பா யாரு?'

'நம்ம குழந்தைங்க.'

'பத்தாயிரம் கேட்டானா? ஹா!' என்று சிரித்துக்கொண்டு, 'இந்த இடத்துக்கு மதிப்பு என்ன தெரியுமா? பதினைஞ்சாயிரம்!' தன்னுடைய தாராளமான பையிலிருந்து காகிதங்களை எடுத்தார்.

'உன் பேர் என்ன?'

'பெரியசாமி!'

'பெரியசாமி! இதில சின்னதா ஒரு கையெழுத்து போடு, இல்லை ரேகையா?'

'எதுக்குங்க?'

'எதுக்கா? உன் நிலத்துக்கு! பதினைஞ்சாயிரம் ரூபாய்க்கு விக்கறதுக்கு இப்பத்தானே ஒத்துண்டே?'

'நல்லா இருக்கு நியாயம். யோவ் எந்திரிய்யா?'

'பின்ன எத்தினிதான் கேக்கற கடைசியா? பதினேழு அஞ்சுக்கு முடிச்சிடலாமா?'

'நான் நிலத்தை விக்கறதில்லை. எந்திரிய்யான்னா?'

'பதினெட்டாயிரம்!'

'திலகம்! அந்தக் கம்பை எடுத்துட்டு வா!'

'இருபதினாயிரம்கூட வேண்டாமா?'

'ஓடுய்யா இந்த இடத்தை விட்டு! யாருக்கய்யா வேணும் ஒம்பணம்?'

‘மாட்டாயா? சரிதான்! சரியான சாவுக்கிராக்கி, உனக்காகப் பஸ் சார்ஜ் செலவழிச்சுண்டு வந்தேன் பாரு! எம்புத்தியைச் சொல்ல ணும். இந்தா பாரு பெரியசாமி. நான் அனுபவஸ்தன். நான் சொல்றதைக் கேட்டு வைச்சுக்கோ. பின்னால ‘அடடா, சதாசிவ ராவ் சொன்னாரு. அதை நிறைவேற்றலையே’ன்னு தெரிஞ் சுண்டு விரலைக் கடிச்சுப்பே. இருபதினாயிரம் இந்த நிலத்துக்கு நல்ல ஆஃபர்.

‘நான் வித்தாத்தானே சாமி!’

‘நீ விக்காட்டிக்கூட உன்னை விக்க வெக்கலாம்.’

‘அது எப்படி? முடியவே முடியாது.’

‘அப்படி இல்லைன்னாக்கூட கடைசியில பிடுங்கிண்டுடுவா. ஒத்தைக் காசு கிடைக்காது. நிலத்துக்கு நிலமும் போயிடும்.’

‘அது எப்படி? எம்பேர்ல எழுதி வெச்ச பத்திரம் இருக்குதே.’

‘பார்த்துண்டே இரேன்! திடீர்னு உன் மனசு மாறிடுத்துன்னா கோயமுத்தூர்ல ஜங்ஷனுக்கு எதுத்தாப்பல சந்துல சதாசிவ ராவ்னு எந்தக் கடையில கேட்டாலும் சொல்வா. மாடி வீடு. பச்சை கேட்டு போட்டது. நாய் ஜாக்கிரதைன்னு போட்டிருக்கும். நாயை மிதிச்சு டாம வா! வரட்டுமா! அம்மா! உன் புருஷனுக்குப் புத்தி சொல்லு!’

சதாசிவராவ் சென்றதும் திலகத்திடம், ‘என்ன சொல்றே?’ என்றான் பெரியசாமி.

‘பேசாம வித்துப் போட்டுற வேண்டியதுதான்னு சொன்னா என்னைக் கோவிச்சுக்கிட்டு மொத்துவீங்க!’

‘இருபதாயிரம்!’

‘மனோகரிக்கு பூரா வைத்தியம் பார்த்துறலாம்.’

பெரியசாமி இதைக் கவனிக்காமல், ‘திடீர்னு நம்ம நிலத்துக்கு ஏன் திலகம் இத்தனை மவுசு?’ என்று கேட்டான்.

‘தெரியலைங்களே!’

‘பக்கத்துலே இவ்வளவு பொறம்போக்கு இருக்குதே, எல்லாரும் நம்ம மேலேயே விளறாங்களே? ஏன்!’

‘ஏங்க?’

‘எனக்குத் தெரியலை திலகம்!’

‘எப்படியோ, வித்துறலாங்க. நிறையக் காசு வர்றதில்லே.’

பெரியசாமியின் முகம் கடுமையாகியது. ‘செத்தாலும் விக்க மாட்டேன்.’

‘உங்களுக்குக் குடிக்கிறதுக்கும் நிறையப் பணம் கிடைக்குங்க!’

‘சீ! பேசற பேச்சைப் பாரு!’ என்று அவளை அடித்தான். தடுத்த மனோகரியை தூரத் தள்ளினான். பனியன் துண்டை மாட்டிக் கொண்டு பஸ் ஸ்டாண்டுக்குப் புறப்பட்டான். இன்றைக்கு என்று அவனுக்குச் சாராயம் தேவையாக இருந்தது.

8
'அரெஸ்ட் ஹிம்!'

மூன்று தினங்களுக்குப் பின் ப்ரேம் டெலிபோன் செய்தான்.

'எஸ்.பி.சாரா? நமஸ்காரம். நான் ப்ரேம் பேசறேன். அகர்சந்த் ஜெயினின் மகன். எப்படி இருக்கிறீர்கள்?'

'...'

பெரிதாகச் சிரித்தான். 'நீங்கதான் பெரிய ஆசாமி! நான் ஒரு சின்ன பச்சா. ஒண்ணுமில்லை. ஒரு சின்ன கேஸ். பிரொஹிபிஷன்.'

'...'

'ஒரு ஆளு, அவன் பேர் பெரியசாமி. நெடுப்பாக்கம் பஞ்சாயத்துல... அது என்ன இடம் தாஸ்?'

'ராலிமுக்கு...'

'ராலிமுக்கு சொல்லிட்டு ஒரு இடத்தில. தினம் குடிக்கிறான். நம்ம டிரைவர்களுக்கு ரொம்பத் தொந்தரவு தரான்.'

'...'

'ரொம்ப தாங்க்ஸ். ஷுக்ரியா, ஔர்?'

பெரியசாமி, டீத்தழையைப் பொங்க விட்டுக் கொண்டிருக் கையில் ஒரு லாரி நிறைய வேலிக் கம்பிகள் வந்து இறங்கின. உடன் முள் கம்பிப் பந்து ஒன்றுடன் ஏழெட்டு பேர் இறங் கினார்கள்.

'பெரியசாமி, ஒரு டீ கொடு' என்றான் லாரிக்காரன்.

'என்னங்க இது? வேலி எங்கே போடறாப்ல.'

'இங்கதானாம்ல.'

'எதுக்காம்?'

'தெரியலியே?'

முண்டாசு கட்டிக்கொண்டு அவர்கள் கடப்பாரை போட்டுக் குழி போடத் தொடங்க...

பெரியசாமி, 'அண்ணேய்! ஆலமரத்துக்கு அப்பால தோண்டுங் கய்யா. அதுவரைக்கும் என் நிலம்' என்றான்.

'காளி, திடீர்னு என்னடா இந்த இடத்துக்கு வந்துடுச்சு?'

'எனக்குத் தெரியாது. காண்டராய்ட் இது. நாநூறு அடிக்குக் கம்பம் வெச்சுக் கம்பி கட்டச் சொன்னாங்க.' அறிவிப்புப் பலகையைக் காட்ட அதில், SITE FOR PREM QUARRIES என்று எழுதியிருந்ததை பெரியசாமியால் படிக்க முடியவில்லை. 'என்ன எழுதியிருக்கு?'

மேஸ்திரி அதை ஒரு தடவை படித்துப் பார்த்துவிட்டு கூறினான்:

'இங்க யாரும் கால் வைக்கக் கூடாதுன்னுட்டு.'

'நமக்கு ஒண்ணு இந்த மாதிரி செய்ய எம்புட்டுத் துட்டு ஆகும்?'

'அது ஆவும்! பத்து, இருநூறு. இங்கிலீஷில்ல?'

மனோகரிக்கு ரொம்ப சந்தோஷமாக இருந்தது. தோண்டுபவர் களையும் முள்ளுக் கம்பி கட்டுபவர்களையும் அவள் இதுவரை பார்த்ததேயில்லை. மொத்தச் செயலும் அவளுக்கு வசீகரமான விஷயமாக இருந்தது. பெரிய கண்களுடன் பார்த்துக்கொண் டிருந்தாள்.

'கவர்ன்மெண்ட் நிலத்திலே எப்படிக் கல்லு நடப்போவும்?' என்றான் பெரியசாமி.

திலகம், 'கவுர்மெண்ட் நிலமோ வேற யாருதோ? சேட்டு நம்ம கிட்ட கேட்டுப் பார்த்துட்டு வேற ஆளுங்ககிட்ட வாங்கிட் டாப்பலே' என்றாள்.

'அதெப்படி? பஞ்சாயத்துலே சொன்னாங்க. அப்புறம் மணியக் காரர் சொன்னாரு... ரீஸ்தரெல்லாம் பார்த்து?'

பெரியசாமிக்குத் தன்னைச் சுற்றி நடக்கும் விஷயங்கள் பல புரியவில்லை.

'நீங்கதான் மாட்டேனிட்டீங்க!'

'என்னைச் சுத்தித் தண்டவாளமே போட்டாக்கூட நான் விக்க மாட்டேன்.'

'என்னமோ பிடிவாதம்.'

அவர்கள் நாள் பூரா வியர்வை வழியத் தோண்டிவிட்டுச் சாயங்காலம் கிளம்பிவிட்டார்கள். பெரியசாமிக்கு வேட்கை புறப்பட்டு விட்டது. துண்டை உதறினான். பனியன் எடுத்துப் போட்டுக்கொண்டு அதன்மேல் நீலச் சட்டை அணிந்து கொண்டான். ஓவல்டின் டப்பாவில் சேர்ந்திருந்த துட்டைப் பையில் கொட்டிக்கொண்டான்.

'கொஞ்சம் கடைவரைக்கும் போய் வரேன்.'

'தினம் குடிக்கிறீங்க இப்பல்லாம்.'

'நான் குடிக்கப் போவல. வேற சோலி.'

'வேற என்ன சோலி?'

'எவ்வளவோ இருக்குது. எல்லாத்தையும் சொல்லியாவணுமா? பருப்பு, மிளகா, எல்லாம் வாங்கிட்டு வர வேணாமா?'

'நேத்தே வாங்கிட்டேனே!'

'சும்மா கிட! நான் சம்பாதிக்கிறேன். நான் குடிப்பேன். பொளுதண்ணிக்கும் அலமோதிக்கிட்டுக் கிடக்காதே!'

வைரங்கள் ● 73

திலகம் அவனை மௌனமாகப் பார்த்திருக்க, 'பெரிய்ய புள்ள பாரு! பெத்துருக்கா பாரு! செவிட்டு ஊமை!' என்றான். மனோகரி அப்பாவும் அம்மாவும் பேசிக்கொண்டிருந்ததை மாறி மாறி பார்த்துக்கொண்டே இருந்தாள். சண்டையா சமாதானமா என்று புரியாமல் கொஞ்சம் சிரித்து வைத்தாள்.

'சிரிக்குது பாரு! கெரஹம்!' மனோகரி அவன் அருகில் செல்லச் சற்றும் எதிர்பாராமல் சுள் என்று புறங்கையால் அடித்தான். சுருண்டு உட்கார்ந்துவிட்டாள். யார் மேலே தனக்குப் கோபம் என்பது சரியாகத் தெரியவில்லை பெரியசாமிக்கு. தன் நிலத்தைச் சுற்றி வேலி போடும் கோயமுத்தூர் சனங்கள்மீதா, உண்மையைக் குத்திக் குத்திக் காட்டும் மனைவிமீதா, மற்ற பேர் அவளைப் பார்க்கும் பார்வைமீதா, இன்றோடு கடைசி என்று நீண்டு கொண்டே போகும் தன் குடிப்பழக்கத்தின்மீதா?

அதற்கு மனோகரி அடி வாங்கினாள். அழுவதற்குச் சத்தம் செய்யத் தெரியாமல் முகத்தை விகாரப்படுத்திக் கொண்டு மாலை மாலையாகக் கண்ணீர் வடித்து அழுதது குழந்தை.

பெரியசாமி விருட்டென்று கிளம்பிச் சென்றான்.

பெரியசாமி நெடுப்பாக்கம் வந்தபோது நன்றாக இருட்டிவிட்டது. இருட்டினப்புறம்தான் அவன் போகிற இடத்துக்குச் சுரத்து பிறக்கும். தினங்களில் அந்த இடம் ஒரு பலசரக்குக் கடை. ரொம்பவும் மரியாதைப்பட்ட இடம் போலத்தான் இருக்கும். சொந்தக்காரர், ஊருக்குப் பிரசித்தமான கவுண்டர். தெற்குத் தெருவில் சிமெண்ட் தாழ்வாரம் போட்டு, ஓடு கட்டி லாத்தி, சிமெண்ட் பூ வைத்து, 'வி.ஆர்.எம்.1977' என்று வீடு கட்டிக் கொண்டு செயலாக இருக்கிறார். சம்பாத்தியம் முச்சூடும் சைக்கிள் டயர்களிலும் வெவ்வேறு திருட்டு முறைகளிலும் தினம் தினம் கேரளத்திலிருந்து வரும் சாராயத்தினால். போலீஸ் பிடிக்காது என்றில்லை. அவ்வப்போது பிடிப்பார்கள். பிடிக்குமுன் சொல்லி விட்டு. மாசத்துக்கு இத்தனை கேஸ் என்று கணக்கு. பிடித்துவிட்ட பிற்பாடு மறுபடி வியாபாரம் ஒரு வாரம் தயங்கித் தொடரும்.

சம்பந்தப்பட்ட எல்லோரும் சீரும் சிறப்புமாக வாழ, மது விலக்குக்கு ஜே!

பெரியசாமி வந்து திண்ணையில் உட்கார்ந்தான். இந்தப் பக்கம், அந்தப் பக்கம் பார்த்தான். யாருமில்லை என்றதும் உள்ளே

நுழைந்தான். உடனே கதவு சாத்தப்பட்டது. சாக்குத் திரைக்குப் பின்னால் காசு கொடுத்தான். மசால் வடையும் கெரசின் எரியும் வாடையும் கலந்து வந்தன. பானையின் வாயில் துணி போட்டு மூடி ஒரு வெற்றிலை பாக்குப் பெண்மணி உட்கார்ந்திருந்தாள். ஒரு கிளாஸ் முக்கால் ரூபாய். அந்தப் பெண், அருகில் குந்தி உட்கார்ந்திருந்தவனிடம் பேசிக்கொண்டிருந்தாள்.

'மளார்னு வரவேண்டியதுதானே! இல்ல! அவங்கிட்ட மெப்பிச்சுப் பணத்தை வாங்கறத்துக்குள்ளே பெராணனுக்கு ஆய்ப்போச்சு. என்னய்யா பொளுதண்ணிக்கும் தொளாவிட்டுக் கிடக்கிறே? காசு உண்டா இல்லையான்னேன். ஊங்கறான். எது கேட்டாலும் ரெண்டர்த்தமாச் சொல்றான். வா பெரியசாமி, எப்பவும் போலத்தானே?'

'ம்!' என்றான் பெரியசாமி. 'வா' என்றாள்.

'மறுச்சு?'

'ரெண்டு கிளாசு!!

உட்கார்ந்திருந்த ஆசாமி, 'வரேன் ராமாத்தா!' என்றான்.

'செத்தநேரம் குந்திட்டுப் போயேன்' என்றாள்.

பெரியசாமி முதல் கிளாஸைக் குடித்துவிட்டான். 'ராமாத்தா இன்னும்!' என்றான்.

மூன்று போட்டதும்தான் பெரியசாமிக்கு சுருதி ஏறியது.

'பவுனாத்தா?' என்றான்.

'எம் பேரு ராமாத்தா!' என்றாள். ராமாத்தா அழகாகச் சிரித்தாள்.

'அம்பது பவுனுக்கு நகை போடறன்னாங்க! பொறந்தவ புள்ளைக் கட்டறன்னுதான் சொன்னேன்! சிங்காநல்லூர்ல போய் பொண்ணெடுத்தோம். புள்ள பிறவி ஊமை' என்று அழுதான்.

'வெசாளக் கிழமை சாமி காட்டிக் கெடா வெட்டிடு பெரியசாமி. சரியாப் போய்ரும். மறுச்சு!'

'இன்னொண்ணு போடு ராமாத்தா!'

பெரியசாமி ஆடி ஆடிக்கொண்டு கிளம்பினான்.

பொடக்காலப் பக்கமாப் போயிரு! 'இந்தா தொறப்புக் குச்சி' என்றாள்.

பழக்க ஞாபகத்தில் பின்புறக்கதவின் பூட்டைத் திறந்து சாவியை உள்ளே எறிந்துவிட்டு இருளில் இறங்கினான். அங்கிருந்து குறுக்கே மெயின் ரோட்டை ஒரே ஒரு இடத்தில் கடந்து மறுபடி ஒற்றையடிப் பாதையில் நடந்து சென்று ராலிமுக்கு போக வேண்டும் என்கிற ரிஃப்ளெக்ஸ் உணர்வில்தான் நடந்தான். உலகமே சரிந்து சரிந்து சரிந்துகொண்டிருந்தது. ஏப்பத்தில் கெரஸின், வாழைப்பழம், மசால்வடை என்று ஏதேதோ வாசனை அடித்தது. 'திலகம் மனோகரி! திலகம் மனோகரி' என்று புலம்பிக்கொண்டே நடந்தான்.

மெயின் ரோட்டைக் கடக்கும்போது ஜீப் நின்றுகொண்டிருந்தது.

'பெரியசாமி!'

'யாரது?'

'இங்க வாய்யா!'

'நான் ஊட்டுக்குப் போவணும். ஒத்துங்க!'

'வாய்யான்னா!'

'யாரு சொன்னாங்க சார்? கொக்குக்கு வெச்ச கண்ணியில கொளுந்தியா உளுந்திட்டா அடிடா... மத்தளத்த.'

'கான்ஸ்டபிள், அரெஸ்ட் ஹிம்!'

இரவு பதினொன்றாயிற்று. இன்னும் வரவில்லை. திலகம் சாப்பிடாமல் உட்கார்ந்திருந்தாள். அரிக்கேன் விளக்கு எண்ணெய் தீர்வதற்கு பக்பக் என்றது. மனோகரி அருகில் படுத்துத் தூங்கியிருந்தாள். அவ்வப்போது ஒரு தடவை உடம்பைத் தூக்கிப் போட்டுக்கொண்டே இருந்தது குழந்தைக்கு. அவ்வப்போது ஒரு மௌனமான விசும்பல்!

'எங்க போயிருப்பாரு? கோவிச்சுக்கிட்டு அப்பத்தா ஊருக்குப் போயிருப்பாரோ? ராவைக்கு எப்படிப் போயிற முடியும்? ஒரு வேளை ரோட்டில ஏதாவது? அம்மங்கோயிலுப் பூதமாட்ட ஓட்டிக்கிட்டு வர்றாங்களே டைவருங்க! சே! அதெல்லாம் இல்லை.

திலகம், அவன் வந்துவிடுவான் என்று பலவித சமாதானங்கள் சொல்லிக்கொண்டாள்.

கடைசி பஸ் போய்விட்டது. இருட்டில் அவள் கண்கள் விரிந்து துழாவின. நடந்து வராறாக்கும். அதோ தெரியுதே யாரோ வராப்பல! ம்ஹூம்! ஏதானும் லாரியில வருவாரோ, நடந்து வருவாரோ என்று காத்திருந்து காத்திருந்து கிழக்கு வெளுத்து விட்டது. அழுகை வந்தது. ஏதோ ஒண்ணு கிடக்க ஒண்ணுதான் ஆகிவிட்டது.

மனோகரியை எழுப்பினாள். பிரமித்து எழுந்தது பெண். நெடுப் பாக்கத்துக்கு முதலில் போய் விசாரிக்கலாம். அங்கே ஒரு கடை இருக்கிறதாம். அங்கேதான் போவார். டீக் கடை திறந்திருந் ததைப் பற்றிக் கவலைப்படாமல் தன்னை மறந்து டிரங்க் ரோட்டில் குழந்தையைச் சுமந்துகொண்டு நடக்க ஆரம்பித்தாள்.

'அண்ணே! அதெப் பாருங்க!' என்றான் காதர். தாஸ் பிரேக் போட்டு நிறுத்தினான்.

திலகம் தயங்கி நிற்க,

'எங்கே போறாப்பல?' என்றான்.

'ராவிக்குப் போனவரு இன்னும் வல்லீங்க!' என்று உடனே அழுதாள். மனோகரியும் அழுதாள்.

'எங்கே போனான்?'

'நெடுப்பாக்கத்துக்குத்தான். தண்ணிக்குப் போனவரு...'

'இன்னும் வல்லியா?'

'இல்லீங்க!'

'அழுவாதீங்கம்மா. அழுவாதே பாப்பா! நான் கூட்டியாரேன்' என்றான் காதர்.

தாஸ் யோசித்தான். 'காதர்! நீ இரு இவுகளோட! நான் லாரி எடுத்துக்கிட்டு நெடுப்பாக்கம் போயி விசாரிச்சுட்டு வரேன்! கவலைப்படாதீங்க. உங்க புருஷனைக் கூட்டி வந்துர்றேன். காதர் இரு.'

லாரியை ரிவர்ஸ் எடுத்துத் திருப்பி அவன் செல்ல, திலகத்துக்குச் சற்று ஆறுதல் ஏற்பட்டது.

'சாப்டீங்களாம்மா?' என்றான் காதர். 'கவலைப்படாதீங்க' என்று தன் மார்பைத் தட்டிக்கொண்டு, 'நான் இருக்கேன் காதர்! நான் கூட்டியாறேன்! சில சமயம் அங்கேயே படுத்துக்குவாங்க. தாஸ் அண்ணன் பெரிய ஆளு, எங்கிருந்தாலும் தொளாவிக்கிட்டு வந்துடுவாரு? வாங்க! அளுவாதீங்கம்மா. பாப்பா பாவம், அளுவுதுங்க... ஏய் இதோ பாரு உர்ர்ர்ர் உர்ர்ர்ர்!' என்று குரங்கு போல் செய்தான்.

அழுகைக்கு இடையில் மனோகரி சிரித்தாள்.

ஒரு மணி நேரத்தில் தாஸ் திரும்பி வந்தான்.

'போலீஸ் கேஸ் புடிச்சிட்டாங்களாம்! பெரியசாமியைக் கைது பண்ணிட்டாங்களாம். ராத்திரியே! நெடுப்பாக்கத்தில இருந்து கோயமுத்தூருக்கு கோர்ட்டுக்கு அழைச்சுட்டுப் போயிட்டாங்களாம்.'

திலகம் பெரிதாக அழ ஆரம்பித்தாள்.

'என்கூடக் கோயமுத்தூர் வாங்க!' என்றான் தாஸ்.

9
'என்னை விட்டுருங்க'

திலகம் சற்றுத் தயங்கினாள். தாஸ் சட்டென்று யோசித்தான். 'அப்ப ஒண்ணு செய்யுங்க. காதர் நீ இவுங்ககூட இருந்துக்க. நான் கோயமுத்தூர் போயி பெரியசாமியை எங்க அடைச்சு வெச்சிருக்காங்கன்னு விஷயம் எல்லாம் கேட்டு வெச்சுக்கறேன். சின்ன முதலாளிகிட்ட சொல்லி அவனை விடுதலை பண்ண ஏற்பாடு செய்யறேன்!'

'விட்டுருவாங்களா?'

'விடாம பின்ன? நம்ம முதலாளிக்குப் போலீஸ் நல்ல பளக்கம்! காதர் நீ என்ன செய்யறே, இவுங்களைக் கூட்டிக்கிட்டு பஸ் பிடிச்சு நேரே டவுனுக்கு வந்துடு. அங்கிருந்து ஆட்டோ ரிக்ஷா பிடிச்சு நம்ம பண்ணை பங்களாவுக்கு கூட்டி வந்திரு. நான் அதுக்குள்ள பெரியசாமியை விடுதலை பண்ணிக் கிட்டு அங்க கூட்டியாந்துடறேன்!'

'முடியுமுங்களா' என்றாள் ஆவலுடன்.

'தாராளமா! எங்க சின்ன முதலாளி மனசு வெச்சுட்டா முடியாத காரியமே கிடையாது. நீங்க வாங்களேன்! சாயங்காலம் பாருங்க! காதர், கூட்டியாந்துரு என்ன?'

'சரிங்க?'

‘இந்தா’ என்று பத்து ரூபாய் நோட்டைக் காதரிடம் கொடுத்தான் தாஸ்.

அவன் லாரி ஏறிச்செல்ல, ‘எவ்வளவு நல்லவங்க’ என்றாள் திலகம். ‘அவங்க விடுதலை ஆய்டுவாங்களா காதரு?’

‘நீங்க ஏம்மா கவலைப்படறீங்க? நாங்க பார்த்துப்பம் இனிமே’ என்று கடன் வாங்கிய பொறுப்புடன் பதிலளித்தான் காதர்.

‘சீக்கிரம் போயிரலாம்!’

‘அவசரம் இல்லை. நிதானமா வாங்க!’ மனோகரிக்கு டவுனுக்குப் போகப் போகிறோம் என்று டான்ஸ் ஆடிப் புரிய வைத்தான்.

மனோகரி முகத்தில் மீசை போட்டுக் காட்டியது.

‘என்னங்க சொல்றது?’

‘அப்பாவைப் பார்க்க போறமாங்குது. ஆமாண்டி.’

‘டவுன்ல சின்ன எஜமானுக்கு ஒரு ஜவுளிக் கடையே இருக்குது. பெரிய கடை. சட்டை ஃப்ரீயா கொடுப்பாங்க. உனக்கு மிட்டாய் வாங்கித் தரேன். பணியாரம் வாங்கித் தரேன்! பறவைங்க எல்லாம் கண்ணாடிப் பெட்டிக்குள்ளே இருக்குது. நீ வாயேன். என்னவெல்லாம் காட்டுறேன் பாரு...’

மனோகரிக்குப் புரியவில்லை. ஆனால், அம்மா அழுகையை நிறுத்திவிட்டது புரிந்தது. அது சந்தோஷமாக இருந்தது. வெளியே எங்கோ புறப்பட்டு ராத்திரியிலிருந்து பார்க்காத அப்பாவைப் பார்க்கப் போறோம் என்பது புரிந்துவிட்டது. அது உற்சாகமாக இருந்தது.

காதர் பொறுப்பு வந்து வளர்ந்தவன்போல் நடந்துகொண்டான். சீரியஸாக முகத்தை வைத்துக்கொண்டான்.

‘சாப்ட்ருங்கம்மா! நீங்க ராத்தியில இருந்து சாப்பிடலைபோல இருக்குது!’

‘இனிமே சமைக்க டயம் இல்லை. ராத்திரி மிச்சமே இருக்குது. குழந்தைக்குப் போதும்!’

‘உங்களுக்கு?’

'எனக்குப் பார்த்துக்கலாம்!'

'ம்ஹூம்! இதப் பாருங்க. கடைல பன்னு இருக்குது; அது ரெண்டு மூணாவது சாப்பிட்டுட்டு வாங்க. அப்பத்தான் அளைச்சுக்கிட்டு போவேன்!'

'இந்தா காதர், நீயும் சாப்பிடு' என்று மனோகரி காட்டியது. அதைப் பார்த்துச் சிரித்துக்கொண்டே சாப்பிட்டான்.

பஸ், சீட், வேகம், காற்று, கண்டக்டர், விசில், கூட்டம், ரயில்வே கிராஸிங், நகரம், மஞ்சள் ஆட்டோ ரிக்ஷா போன்ற வார்த்தைகள் தெரியாத குழந்தை மனோகரிக்கு, கண் பார்வை மூலம் பதிவாகிய அத்தனை வடிவங்களும் கிரகிக்க முடியாமல் திகட்டின. அடிக்கடி அம்மாவைத் தொட்டுக்கொண்டாள். விரலைக் கடித்துக்கொண்டாள். காதர் சிரிப்பது புரிந்தது. அம்மாவின் உஷ்ணம் புரிந்தது. காதர் நல்லவன் என்பதும் ஒரு விதத்தில் வார்த்தைகளற்றுப் புரிந்தன. பஸ்ஸில் பிரயாணம் செய்யும் போது அவளுக்குள் நிறைய நல்ல எண்ணங்கள் ஏற்பட்டன. உற்சாக ஊமை ராணி. தன் தலைமேல் இரண்டு கொம்பு வைத்துக் காட்டிக் கேட்டாள்.

'மாடு கிடையாது. தானாவே ஓடும்' என்றான் காதர்.

கண்டக்டர் திலகத்தைப் பார்த்து, 'என்ன திடீர்ப் பிரயாணம்? பெரியசாமி இல்லையா?' என்றான்.

'இல்லீங்க?' என்றாள் தலை நிமிராமல்.

'டவுனுக்குப் போயிருக்கானா?'

'ஆமா!'

கண்டக்டர் அந்த இடத்தை விட்டு அதிகம் நகரவில்லை.

பஸ் ஸ்டாண்டில் இறங்கினதும் காதர் ஒரு ஆட்டோ ரிக்ஷாவை நியமித்தான். மூவரும் அதில் உட்கார்ந்து செல்ல, திலகத்திடம் 'இதான் ஜெயில் ரோடு' என்றான்.

'இங்கதான் அடைச்சு வெச்சிருக்காங்களா?'

'யாரை?'

‘அவரை!’

‘இந்நேரம் வெளியே வந்திருப்பாரும்மா!’

‘இந்தக் கடையில பொம்பளைங்க மட்டும்தான் வாங்கலாம். இது காந்திபுரம், மேட்டுப்பாளையம் ரோடு. இதான் சி.பி.ரோடு’ என்று கோயமுத்தூரை விவரித்துக்கொண்டு வந்தான். திலகம் ஆர்வத்துடன் பார்த்துக்கொண்டு வந்தாலும் வயிற்றில் ஏதோ சங்கடம் பண்ணியது. மனோகரிக்குத் திறந்த வாய் மூடவில்லை.

ஆட்டோ ரிக்ஷா தடாகம் ரோட்டைக் கடந்து மருதமலை ரோட்டில் சென்றது. வேளாண்மைப் பல்கலைக்கழகத்திலிருந்து இன்னும் ஒரு மைல் போனதும் ‘இங்கதாங்க’ என்று நிறுத்தினான். தன் நிஜார் பையிலிருந்து பெருமிதத்துடன் காசு எடுத்துக் கொடுத்தான். ‘வாங்க’ என்று ஒரு கம்பிக் கதவைத் திறந்தான். பாறைக் கம்பங்களும் முள்வேலியுமாகப் பெரிய பண்ணைபோல இருந்தது. தூரத்தில் உள்ளுக்குள் மர நிழலில் ஒரு வீடு தெரிந்தது. அதற்குச் செல்லும் பாதை குறுகலாக இருந்தது. இருபுறமும் பசுமை மண்டிக் கிடந்தது.

அந்த வீட்டின் பின்புறத்திலிருந்து மெலிதாகப் புகை வந்து கொண்டிருந்தது. குப்பை, காய்ந்த இலைகள் எரியும் வாசனை வந்தது. சிறிய வீடுதான். அழகான வீடு. பெரிய தூங்குமூஞ்சி மரத்தின் மடியில் இருந்த வீடு. வாசலில் மூங்கில் பிளாச்சு அடித்த தட்டி, ஒன்றிரண்டு படிகள், மேற்செல்ல ஓட்டுச் சரிவு. உள்ளுக்குள் ரகசிய இருட்டு.

வீடு பூட்டியிருந்தது.

‘இங்கே நில்லுங்க வரேன்’ என்று காதர் பின்புறம் சென்று மறைந்தான்.

திலகத்துக்குத் திக்கு திக்கு என்று அடித்துக்கொண்டது. அங்கிருந்து மெயின் ரோட்டுக்கு இரண்டு பர்லாங் இருக்கும். இல்லை நிறைய தூரம்! அங்கே பஸ் போகிற சப்தம் இங்கே கேட்கவில்லையே?

‘யாரும்மா?’ என்று குரல் கேட்டுத் திடுக்கிட்டுத் திரும்பினாள். அந்தப் பெரியவரைப் பார்த்ததும் சற்று தெம்பு ஏற்பட்டது. எழுபது வயசிருக்கும். கலங்கிய மங்கின கண்கள். கையில்

மண்வெட்டி வைத்துக்கொண்டிருந்தார். அவர் காலடியில் நீலப் பாம்பு போல ரப்பர் குழாய், தோட்டத்துக்கு நீரிறைத்துக் கொண் டிருக்க, பந்தல் நிறைய மல்லிகை நிரம்பிக் கிடந்தது. அப்பால் ரத்தநிற ரோஜாக்கள் தெரிந்தன.

பெரியவர் திலகத்தை வெறுப்புடன் பார்த்தார்.

'தாத்தா! திற!' என்றான் காதர்.

'ஓங்கி அப்பினன்னாச் சரி, கன்னமெல்லாம் பளுத்துப் போவும். யார்ரா நீ?'

'சின்ன முதலாளி அளைச்சுக்கிட்டு வரச் சொன்னாங்க. தாஸ் சொல்லல்ல?'

'யாரு?'

'திற தாத்தா. பொளுதன்னிக்கும் நின்னுக்கிட்டு இருக்கவா?'

'தாத்தா அவனை ஏற இறங்கப் பார்த்தார்.

'கெரஹம்!' தலையில் அடித்துக்கொண்டார். 'தாஸ் அனுப் பிச்சாரா?'

'இவங்க புருஷன் வராரு. சட்டுபுட்டுனு திறங்க.'

'நீ யார்றா!'

'நான் வீட்டில பட்டறைல வேலை செய்யறவன். காதர்.'

'இப்ப வராங்களா?'

'ஆமா.'

'சேட்டா?'

'ஆமா! அப்புறம் தாஸு, இவங்க புருஷன்.'

'தொறக்கவா?'

'சீக்கிரம்! அவுங்க வந்துர்றாப்பல!'

'நான் தண்ணி வாக்கறதுக்குத் தோட்டம் பக்கம் போறேன். நீ இருக்கியா?'

‘இருக்கேன் தாத்தா, வாங்கம்மா.’

கதவைத் திறந்து அவர்கள் இருவரையும் உள்ளே அழைத்துக் கொண்டு சென்றான்.

‘சிமெண்டு பாத்தீங்களா, சும்மா ஐயிரு ஊட்டுத் திண்ண மாதிரி. உட்காருங்க. இதப் பாருங்க நாற்காலி, இதப் பாருங்க ஐஸ் பெட்டி...ஹய்! கலரு! பளம்.’

‘காதர் அதெல்லாம் தொடாதே.’

‘எல்லாம் நமக்குத்தாங்க. முட்டை, ரொட்டி, பாலு, பளம், பிஸ்கட்டு, சாப்பிடுங்கம்மா. நம்ம ஊடு!’

காதர் ஃபேனைப் போட்டு இருக்கிற ஸ்விட்சுகளை எல்லாம் போட்டான். சோபாவில் குதித்து உட்கார்ந்தான்.

‘அட என்னம்மா, தரைல உக்காந்துக்கிட்டு? இங்க வாங்க!’

திலகம் கண்களில் பயத்துடன் சுற்றும்முற்றும் பார்த்தாள். அந்தப் படம் அசிங்கமாக இருந்தது. இது என்ன வாசனை! காதர் கண்ணாடியில் பார்த்துத் தன்மேல் பற்பல வாசனைத் திரவியங்களை இறைத்துக்கொண்டான்.

மனோகரிக்கு வாரி வழங்க, அது முகமெல்லாம் பவுடராகச் சிரித்தது.

‘காதர் வேண்டாம்! அவுங்க வந்து பார்த்தாங்கன்னா கோவிச்சுப் பாங்க.’

‘நீங்க கவலைப்படாதீங்க! நம்ம ஊடுன்னு நினைச்சுக்கங்க!’

‘இன்னும் வரலியே!’

‘வருவாங்க. வருவாங்க!’

‘காதரு அவரும் வந்துடுவாரா?’

‘யாரு சின்ன எசமானா?’

‘இல்லை அவரு? இது அப்பா...’

‘அதுக்குத்தானே போயிருக்காங்க! அவரு வராம?’

‘இந்த ஊடு யாருது?’

‘சின்ன எசமான். ஆஸ்.எஸ்.புரத்தில, டவுன்ல ஒண்ணு ரெண்டு பத்து வீடு இருக்குது. பணக்...கா...ரங்க! ஏரோப்ளேன் வெச்சிருக்காங்க சொந்தமா. அப்புறம் ஒரு சின்ன ரயில் பெட்டி!’

‘அப்படியா.’

மிக மெலிதாக இருட்டின பிற்பாடு காரின் ஹெட்லைட் வெளிச்சத்தைப் பார்த்தார்கள். குதித்துக் குதித்து வந்தது கார்.

திலகத்துக்கு உற்சாகம் புரண்டது. பெரியசாமி வரப்போகிறான். பசியோடு வருவார். பழங்கள் இருக்கின்றன. தண்ணி தாகத்துக்கு... இது என்ன? அவர் எங்கே? இவர்கள் ரெண்டு பேர் மட்டும் வருகிறார்கள். அவர் ஏன் வரவில்லை.

தாஸ் கையில் பொட்டலங்களுடன் இறங்கினான்.

‘பாப்பா! இந்தா சாக்லெட்டு.’

‘அவரு வர்லீங்களா?’ என்றான் காதர்.

‘ராத்திரி ஒன்பது மணிக்கு விட்டுர்றதாச் சொல்றாங்க! மறுபடி போய்ப் பார்க்கணும்!’

‘காதர் நீ என்ன பண்றே, இந்தப் பொண்ணைக் கூட்டிக்கிட்டுப் போய் விளையாட்டுக் காட்டு...’

ப்ரேம் இறங்கித் தனியாக நின்றான். தனக்கும் அந்த இடத்துச் சம்பாஷணைக்கும் எந்தவிதச் சம்பந்தமும் இல்லை போல... சிகரெட் பிடித்த அவன் கைகள் சற்று நடுங்கின.

தாஸ் ஒரு பந்தை எடுத்து மனோகரிக்குக் கொடுத்தான். அது சின்னதாக மஞ்சளாக மொசமொச என்ற டென்னிஸ் பந்து. மனோகரியிடம் காதர், ‘எங்கே என்கிட்டப் போடு, என்கிட்டப் போடு’ என்று சைகை செய்ததும் பந்தை சந்தோஷமாகத் தூக்கி எறிய, காதர் அதைப் பொறுக்கிக்கொண்டு வந்தான்.

‘இதப் பாரு காதர்! அதை அளைச்சுக்கிட்டு அந்தப் பக்கம் பம்பு செட்டு இருக்குது பாரு, அங்கே போய் விளையாடு... லைட்டு தெரியுது பாரு!’

'சரி, அண்ணே! வா மனோகரி' என்று அதனிடம் பந்தைக் காட்டிக் கொண்டே செல்ல, அது அவன்பின் ஓடியது.

திலகம் கீழே பார்த்துக்கொண்டு நின்றாள்.

'அப்ப நான் வரேங்க!' என்றான் தாஸ். 'இங்கேயே இருங்க. பெரியசாமியை ஒன்பது ஒன்பதரைக்கு விட்டுருவாங்க! நான் கூட்டி வர்றேன்!'

தாஸ் புறப்பட்டு வாசல் பக்கம் சென்று அங்கிருந்து சற்றுதூரம் பாதையில் நடந்து அங்கே போய் நின்றுகொண்டான்.

ப்ரேம் சிகரெட்டை மிதித்துவிட்டுச் சட்டென்று வீட்டுக்குள் நுழைந்தான்.

திலகம் நின்றுகொண்டிருந்த இடத்துக்கு வந்து 'உட்காரு' என்றான்.

திலகம் மௌனமாக இருந்தாள்.

'இதை வெச்சுக்க!' சரசரவென்று பிளாஸ்டிக் பை உருவப்படும் சத்தம், புத்தம் புதுசாக பளீர் என்று ஒரு புடைவை.

'அவரு எப்ப வருவாரு?'

'இந்தா வெச்சுக்க!' அருகே வந்தான்.

'அவரு வருவாங்களா?'

'வெச்சுக்கன்னா!' இன்னும் அருகே.

அவள் அருகில் புடைவையை வைத்தான் ப்ரேம். நிதானமாக வாயிற்கதவைச் சாத்தி உள் பக்கம் தாளிட்டான். சோபாவில் உட்கார்ந்தான்.

பக்கத்தில் தட்டி, 'வா வந்து உக்காரு!' என்றான்.

'இல்லீங்க! இல்லீங்க!'

'சொன் பேச் கேள், ஹாய் ஹாய்! ஆவ் மேரி ஜான்' என்று அவள் கையைப் பற்றித் தன்மேல் இழுத்துக்கொள்ள, காதர் பம்ப் செட் அருகில் மனோகரியுடன் ஒண்ணு, ரெண்டு, மூணு என்று விரல் விட்டு எண்ணிக்கொண்டே பந்தைப் பிடிக்க, மனோகரி சிரிக்க,

திலகத்தை அப்படியே தரையில் வீழ்த்தி, அவள் எறிந்த பந்தைக் குதித்துக் குதித்துப் பிடித்தான் காதர்; திலகம் பிரமித்து, 'அய்யா, அய்யா, விட்டுடுங்கய்யா. வேண்டாம் வேண்டாம்...' 'அந்தப் பக்கம் போகாதே பாம்பிருக்கும்' என்றான் காதர். திலகத்தின் மேல் ப்ரேமின் அத்தனை பளுவும் பரவ, வீறிட்டுப் பிரவாக மாகக் கொட்டிக்கொண்டிருந்தது பம்ப் செட். ப்ரேம் பெரிசாக மூச்சு விட ஆரம்பித்து, 'நம்மகிட்ட தப்பிச்சு ஓடிட முடியுமா?' என்று காதர், மனோகரியைத் துரத்த, திடீர் என்று - ஆம்! திடீர் என்றுதான் அதை உள்ளுணர்வு என்று சொல்வதா தெய்வச் செயல் என்று சொல்வதா, ஒரே ரத்தம் என்று சொல்வதா... மனோகரிக்குத் தன் தாயை உடனே பார்க்க வேண்டும் என்று தோன்றிவிட்டது. உடனே வீட்டை நோக்கி ஓட, காதர், 'நீ போ. நான் கால் அலம்பிட்டு வரேன்' என்று தங்கிவிட, மனோகரி மட்டும் தனியாக வந்து வீட்டுக்கதவைத் தள்ளிப் பார்த்து அது திறக்காமல் போகவே பயந்து அம்மாவின் ஞாபகம் அதிகமாக மறுபடி காதரிடம் ஓடிச்சென்று அவன் சட்டையைப் பிடித்து இழுக்க, 'வர்றேன், வர்றேன்' என்று காதர் அந்தப் பந்தைப் பைக்குள் போட்டுக்கொண்டு வீட்டின் முன்புறம் வந்தபோது முழுவதும் இருட்டிவிட்டது. வெகுதூரத்தில் தாஸ் குடிக்கும் பீடி நெருப்பு தெரிந்தது. உள்ளே திலகம் அலறும் சப்தமும் கேட்டது.

'என்னை விட்டுருங்க! என்னை விட்டுருங்க!' காதர் உடனே அந்தக் கதவைத் தள்ளிப்பார்த்தான். உள் பக்கம் தாளிடப்பட்டிருந்தது. 'அய்யோ என்னவோ ஆய்டுச்சு. என்னவோ நடக்குது...' மனோகரி அவனையே ஆவலுடன் பார்த்து தன் கழுத்தில் கட்டை விரலால் மாலை போட்டுக் காண்பித்து 'எங்கே?' என்றது.

'அம்மா வருவாங்க. இங்கேயே இரு... இங்கேயே இரு...' என்று சொல்லிவிட்டு வீட்டைச் சுற்றிவந்தான். இன்னும் அந்தக் கூக்குரல் கேட்டுக்கொண்டிருந்தது. பொருள்கள் விழும் சப்தம் கேட்டது.

காதர் சரசரவென்று தூங்குமூஞ்சி மரத்தின்மேல் ஏறினான். மொட்டை மாடியில் குதித்தான். வாட்டர் டாங்கின்மேல் ஏறி ஒரு கான்கிரீட் நீட்டலில் குதித்து வெண்டிலேட்டர் திறப்பு வழியாக உள்ளே நுழைந்து அங்கிருந்து ஏறக்குறைய பன்னிரண்டு அடியைச் சரிந்து சிராய்த்துக் குதித்து மாடி அறைக்குள் வந்து விட்டான். அங்கிருந்து படி தெரியக் கீழே இறங்கினான்.

ப்ரேம் அவளைக் கையைப் பிடித்து முறுக்கி முழங்காலால் அவள் நெஞ்சில் அழுத்திச் சிரித்துக்கொண்டே, 'வாரே வா! என்னா ஃபைட்டிங் பண்ணுது! கொஞ்ச நாளாவே மனசு வெச்சுட்டேன். இந்த ப்ரேம் நினைச்சா தேவலோகத்தில் இருந்து ஆப்பிள் விளும்.'

'விட்டுருங்க!' என்று புதிய குரல் கேட்டு திரும்பினான். காதர் நிலைப்படியில் நின்றுகொண்டிருந்தான்.

காதருக்கு அந்தக் காட்சியின் முழுத்தீவிரமும் தெரிந்திருக்க, தமிழ் சினிமா நிறையப் பார்த்திருக்கிறான், அதே சமயம் பயம்.

'விட்டுருங்க, விட்டுருங்க!' என்றான்.

'ல........' என்று ப்ரேம் அவனை ஹிந்தியில் திட்டிச் சற்றுப் பிடியைத் தளர்த்த, திலகம் விடுபட்டாள். காதர் விடுவிடு என்று வாயிற்கதவின் உள் தாழ்ப்பாளை விலக்கி அதைத் திறந்து விட்டு, 'அம்மா அம்மா! ஓடிப்போயிருங்க. வாசலில் குளந்தை நிக்குது. தூக்கிக்கிட்டு ஓடிப்போயிருங்க... சைடாலே போங்க. ரோடுல தாஸ் நிக்கறாரு. ஓடிடுங்க! ஓடிடுங்க அம்மா' என்றான்.

திலகம் வாரிச் சுருட்டிக்கொண்டு அடிபட்ட மான்போல ஓடினாள்.

'பக்டோ, பக்டோ!' என்று கத்தினான் சேட். 'தாஸ்... தாஸ்' என்று கழுத்து நரம்பு தெரியக் கத்தினான்.

திலகம் தன் மனோகரியை அள்ளிக்கொண்டு இருளில் ஓடினாள். உடன் பின்னால் ஓடிய காதர் வாயிற்படியில் தடுக்கி விழுந்தான்.

எழுந்து சமாளித்து மீண்டும் ஓடுவதற்குள் பிடிபட்டான்.

'பகட் கயா ஸ்ஸாலா!' என்றான் ப்ரேம்.

10
ரௌத்ராகாரம்!

இருள். இடுப்பில் தூக்க முடியாமல் சரியும் மனோகரி. பாதங்களில், கணுக்காலில், ஆடுசதையில் எல்லா இடங்களில் குத்தும், கீறும் முட்கள். பயம், வியர்வை, மூச்சிரைப்பு.

திலகம் எங்கே ஓடுகிறோம் என்று தெரியாதபடி இலக்கில்லாமல் ஓடினாள். நாய் குரைக்கும் சப்தம் கேட்டது. பாதையில் பஸ்கள் ஓடும் சப்தம் கேட்டது. வேலி தடுக்கிறவரைக்கும் ஓடினாள். விண் என்று கட்டப்பட்டிருந்த முள்வேலி. புகுந்து செல்வதற்கு இடைவெளி போதவில்லை. தொட்டுத் தொட்டு அதனூடேயே நடந்தாள். திரும்பிப் பார்த்தாள். தூரத்தில் டார்ச் ஒளி விளையாடுவதும் அந்த ஒளி வட்டம் தன்னை நோக்கி அசைந்து துடித்துக் கொண்டு நடந்து வருவதும் தெரிந்தது. நாய் குரைக்கும் சப்தம் ஒன்று அதன் முன்பு தாவித் தாவி வருவது கேட்டது.

திலகத்தின் மிக அதிக பயம் பலமாக மாறியது. ஒரு முரட்டுத் தூக்கலில் தன் பெண்ணைத் தோளில் ஏற்றிக்கொண்டாள். முள் கம்பி மேல் காலை வைத்து மற்றொரு காலை உயர்த்தி எகிறிக் குதித்து அந்தப்புறம் விழுந்தாள். விழுந்த மனோகரி தன் தாயோடு பசை போட்டதுபோல ஒட்டிக் கொண்டாள். திலகம் எழுந்தாள். உடம்பெல்லாம்

ஈரம். வியர்வையினாலா ரத்தத்தினாலா என்று சொல்லச் சமயமில்லை. உடம்பு பூரா வலித்தது. இருந்தும் ஆவேசம் நிரம்பிய சொற்ப சக்தி பாக்கி இருந்தது அவளிடம். தன் பிள்ளையைத் தரதரவென்று இழுத்துக் கொண்டு ஓடினாள்.

'விட்டிருங்க முதலாளி! அய்யோ! விட்டிருங்க முதலாளி! இனிமே செய்யல. ஓடிப் போயிர்றேன். விட்டுருங்க' என்று காதர் அபசுரமாகக் கதறினான்.

'ஏண்டா என் கையில ராங்க் பண்றியாடா நீ... மாதர்...' பொறியில் அடைப்பட்ட எலிபோல் காதரின் கண்கள் பளபளத் தன. ப்ரேமின் ஒவ்வொரு சலனத்தையும் தற்காப்பு உணர்ச்சியின் உந்துதலில் கவனித்தான். வாய் தன்பாட்டுக்கு முதலாளி முதலாளி என்று அலறிக்கொண்டிருந்தது. ப்ரேம் இன்னும் அவனை அடிக்க ஆரம்பிக்கவில்லை. அதற்கு ஏற்ற ஆயுதத்தைத் தேடிக்கொண்டிருந்தான். காதர் எதிர்மூலையில் ஒண்டியிருந் தான். ப்ரேம் அருகே வந்தால் மற்றொரு மூலைக்கு ஓடினான். ப்ரேமுக்கு அவனைப் பிடிப்பது சலிப்பாக இருந்தது. அவன் கோபம் அதிகரித்தது. காதர் அறைக்குள் மின்னல் வேகத்தில் ஓடினான். தப்பிக்க வழியில்லை. எல்லாம் அடைத்திருந்தது. அருகே ப்ரேம் நிற்கிறான். கைக்கு அகப்படாத ஆத்திரத்தில் ப்ரேமின் முகம் சிவந்திருந்தது. அறையைச் சுற்றிப் பார்த்தான். போட்டோ படங்கள், காத்ரேஜ், எதை எடுத்து அடிப்பது? ஒரு பெரிய சீசாவை காதரின் மேல் எறிந்தான். பையன் சுலபமாக ஒதுங்கிக்கொள்ள 'சிலுங்' என்று அது உடைந்தது.

'வேண்டாங்க முதலாளி, சின்னப் பையனுங்க! அய்யய்யோ, அய்யய்யோ! உட்டுடுங்க! அடிக்காதீங்க!'

ப்ரேமுக்கு ஆயுதம் கிடைத்துவிட்டது. சுவரில் ஆணி அடித்து மாட்டியிருந்த டென்னிஸ் மட்டை. டென்னிஸ் ஆடவேண்டும் என்று ஆசை ஏற்பட்டு வாங்கி வைத்து, எப்போதோ கோர்ட் அமைத்து அதில் ஒரு செட்டுக்கூட ஆடவில்லை.

இப்போது பயன்படப் போகிறது.

நல்ல வலுவான ஸ்டீல் ராக்கெட், எடுத்தான். இப்போது ப்ரேமுக்கு வீச்சுப் பிரதேசம் அதிகரித்துவிட்டது. காதரால் சுற்றிச் சுற்றிக்கூட ஓட முடியவில்லை.

'ஷ்ஷ்ஷ்ஷ்' என்று காற்றைக் கிழித்துக்கொண்டு ராக்கெட் அவன் மண்டையில் வெடிக்கக் காதரின் மண்டைக்குள் இலவச வைரங்கள் தெறித்தன. உள்ளே ஜாஜ்வல்யமாக வலித்தது. ஒலிப் பிழம்பாக நோவு புறப்பட்டு உணர்வுகள் சகலத்தையும் தாக்கியது. 'அய்யோ செத்தேன்!' என்று அப்படியே விழுந்தான்.

இப்போது காதருக்குக் கெஞ்சி கேட்பதற்கு திராணி இல்லை.

'ஏண்டா டேய்! நம் கைல விளையாட்றியா? நம் கைலயே ராங் பண்றியா? நான் பாத்து வைச்ச பொண்ணை தப்பிச்சுக்க விட்டியா? ஏண்டா டேய் நமக்ஹராம் ஸாலா!' ப்ரேமின் கோபம் சாக்கடை ஹிந்தி வார்த்தைகளுக்கு மாறியது.

அந்தக் கோபம் வடிவதற்குக் காதரை மேலும் மேலும் மேலும் இன்னும் இன்னும் இன்னும் அடித்தான்.

அந்தச் சிறுவன் மிச்சமிருந்த ரிஃப்ளெக்ஸ் செயல்பாடுகளில் உடம்பை நத்தைபோல் சுருக்கிக்கொண்டான்.

மனித உடலுக்கு ஓர் எல்லைக்கு மேல் வலி ஏற்பட்டால் ட்ரௌமா என்கிற ஸ்திதி ஏற்பட்டு மூளை அத்தனை நினைவுகளையும் இழக்க வைக்கிறது...

காதருக்குள் மிகச் சிவப்பாக ரத்த நிறத்தில் விசித்திரக் கோலங்கள், பஸ் ஸ்டாண்டில் அப்பா அப்பா, அம்மா அம்மா என்று ரத்த நிற மனிதர்களின் நடுவில் திரிந்தான். மனோகரி பேசினாள்! 'சரியாப்போயிடும் பாரு! எனக்கே சரியாப் போய்டுச்சு! இன்னும் கொஞ்சம் வலிக்கும் காதரு! அதுக்கப்புறம் சரியாப் போயிடும்!'

ஏன் இன்னும் அடிச்சுக்கிட்டே இருக்காங்க?

ஏன்னு தெரியலை.

'காதரு! என் செல்லமே! என் கண்ணாட்டம் நீ என்னைக் காப்பாத்தின பாரு!'

'பாருங்கக்கா! சும்மா போட்டு அடிக்கிறான் சேட்டு! எனக்கு அப்பா அம்மா இருந்தா அடிக்க மாட்டான்ல? அதப் பாரு, என்ன ரத்தம், வீடு பூரா, வீதி பூரா!'

'சரியாப் போய்டும் காதர்!'

காதர் முழுவதும் நினைவிழந்து கருநீல இருட்டில் நீந்தினான்.

ப்ரேம் அவனை மார்பில் மிதிக்கக் காலைத் தூக்கியபோது கதவு தட்டப்படும் ஓசை கேட்டது. போய்த் திறந்தான்.

'என்ன தாஸ்! அந்தப் பொண்ணு எங்க? புடிச்சியா?'

'இல்லீங்க, இருட்ல தப்பிச்சு ஓடிருச்சு!'

'சட்! எல்லாம் இந்தப் பயலால்தான்' என்று கீழே கிடந்த காதரை மிதித்தான்.

தாஸ் கீழே பார்த்தான். சிறுவனின் ரத்தம் ஒரு சிறிய சோம்பேறி ஓடையாக மேற் செல்லலாமா, உறைந்து போகலாமா என்று தயங்கிக்கொண்டிருந்தது.

'அடடா! நல்லா அடிச்சிட்டீங்க!'

'அடிக்கிறதா? சாவு பண்ணணும்! டெத் ஆயிரணும்!'

தாஸ், காதர் அருகில் அலட்சியமாக நடந்துவந்து அவனைத் திருப்பினான். கண்கள் மூடியிருந்தன. பாலகன். சின்னதாக மூக்கு. சமீபத்தில் கிராப் செய்யப்பட்ட தலை. (ப்ரேம் கொடுத்த ஐந்து ரூபாயில் ஒரு தடவை சலூன் போய்விட்டு வந்திருக் கிறான்.) காதரைக் கறுப்பு என்று சொல்ல முடியாது. பொன் போல் வறுக்கப்பட்ட காப்பி நிறம், திறந்த வாயில் அரிசிப் பற்கள் தெரிந்தன. சமீபத்தில் வாங்கின புதுச் சட்டையில் நிறைய ரத்தம் சிதறியிருந்தது. டிரௌசர் பாக்கெட்டுக்குள் துருத்திக் கொண்டு அந்த மஞ்சள் பந்து.

தாஸ் அவன் மூக்கில் விரல் வைத்துப் பார்த்தான்.

'செத்துட்டானா?'

'தெரியலீங்க, நல்ல அடி! என்ன செய்யறது?'

'என்னவோ செய்யி! ஸாலா ஒண்ணுக்கும் லாயக்கில்ல நீ. பேக்கார்! ஒதிக்கணும் உங்கள! ஒரு பொம்பளையைப் பிடிக்கத் தெரியல. கட்டி வைச்சு ஒதிக்கணும்!' ப்ரேமின் கைகள் நடுநடுங்க, சிகரெட் பற்ற வைக்க முடியாமல் தவித்தான். தாஸ் அருகே வந்து ஸ்திரமான கைகளால் பற்ற வைத்தான். தாஸ் அவனைப் பார்த்த பார்வையில் எச்சரிக்கை இருந்தது. மை காட்!

சோக்ராவை ஜாஸ்தி அடித்துவிட்டோமா? இறந்துபோய் விட்டானா என்ன? இருக்காது. இருக்காது!

'மூச்சு இருக்குதா பாரு!'

'தெரியலீங்க! சரியாத் தெரியல!'

'ஒண்ணு ரெண்டு தட்டுத் தட்னேன்! அவ்ளதான்! சாவலை தாஸ்! இப்ப என்ன செய்றது?'

தாஸ் மௌனமாக மார்பில் காதுவைத்துக் கேட்டான். காதரின் இதயம் எங்கோ எட்டு மைல் தூரத்தில் துடிப்பது கேட்டது.

'இதப் பார், என்ன பண்றே. தூக்கிக்கிட்டு நம்ம கார் டிக்கிலே போட்ரு. இல்லே, பின் சீட்ல வை! நேரே ஹாஸ்பிடல்ல உட்ரு, பாதையில் கிடந்தான்னு சொல்லிரு, என்ன.'

'இல்லீங்க, போலீஸ் கேஸ்னு நம்மை விடமாட்டாங்க எசமான்!'

'பின்னே என்னதான் செய்யறது?'

தாஸ் காதரைத் தூக்கிக்கொண்டு காரை நோக்கி நடந்தான். பின்னால் ப்ரேம் தயங்குவதைக் கண்டு, 'வாங்க' என்றான்.

திலகம் மகளுடன் காங்கிரீட் ரோட்டில் நடந்தாள். முள் குத்தின கால் வலித்தது. மகளின் கனம் உடம்பெல்லாம் பரவியிருந்தது. தனியே நடக்கவிட்டால் குழந்தை தொய்ந்தது. எங்கே போகிறேன்? ஊரைவிட்டு வெளியிலா? ஊரை நோக்கியா? யாரைப் பார்ப்பது? ராத்திரி எங்கு தங்குவது? எல்லாம் குழப்பம். இருந்தும் வைராக்கியமாக நடந்தாள். மார்பில் முத்து முத்தாக வியர்வை நனைந்தது. முகத்தை அடிக்கடி துடைத்துக் கொண்டாள்.

'பாளாப்போனவரு! குடிச்சுப்பிட்டு செயில்ல போய்க் குந்திட்டாரு! நாந்தான் பொளுதண்ணிக்கு அலை மோதிக்கிட்டுக் கிடக்கிறேன்!' என்று கணவனைத்தான் திட்டத் தோன்றியது. அதே சமயம் அவனைப் பற்றி கவலையாகவும் இருந்தது. பெண் சன்மம் கொஞ்சம் அளகாக இருந்ததனால் ஏற்பட்ட ஆபத்தை நினைத்து முகத்தை எல்லாம் கீறிக்கொள்ள வேண்டும் போலிருந்தது. கணவன் எங்கிருக்கிறான் என்பது தெரியவில்லை. இந்தச் சனங்கள்

அவனை விடுவித்ததாகச் சொன்னதெல்லாம் பாசாங்கு! அந்தப் பிள்ளை காதரு என்ன ஆகியிருக்கும்? ஏன் அவன் தன்கூட ஓடிவரவில்லை என்பதும் கவலை. கைக்காசைப் புடைவைத் தலைப்பில் முடிந்து வைத்திருந்தாள். நிறைய பஸ்கள் மெயின் ரோட்டில் சென்றவண்ணம் இருந்தன. இது எந்த இடம்? ஒரு மரத்தடியில் நான்கைந்து பேர் காத்துக்கொண்டிருந்தார்கள். அவர்களில் ஒரு பெண் பிள்ளையைப் பார்த்ததும் ஆறுதல் பெற்று நின்றாள்.

'அம்மா! சிங்காநல்லூர் போவுற பஸ்ஸு இங்கட்டாலே வருமுங்களா?'

'இல்லைம்மா! அதுக்கு டவுன் பஸ் ஸ்டாண்டுக்குப் போகணும்.'

'அது எந்தப் பொறம்?'

'நம்பர் பார்த்து ஏறணும். ஏறுவியா?'

'எனக்கு ஊரு தெரியாதுங்க. ஊமைப் புள்ளையை வெச்சுக்கிட்டு அலையறேனுங்க! புருஷன் செயிலுக்குப் போயிட்டாரு. என்ன செய்வேன்? ஏது செய்வேன்? பவுனாத்தா! மாராத்தா! கொண்டாத்தா!' என்று குந்தி உட்கார்ந்துகொண்டு அழ ஆரம்பித்தாள்.

'ஏய் கெரஹம்! எளுந்திரு! அளுவாதே!' என்றான் ஒருவன்.

'இங்கேயே என்கூட நின்னுக்க. நான் வழி காட்டறேன். அளுவாதே' என்றாள் அந்தப் பெண்.

பஸ் வந்து, அதில் பேந்தப் பேந்த விழித்துக்கொண்டு இருவரும் ஏறிக்கொள்ள, அது புறப்பட, அதனுள் மெலிதான மஞ்சள் வெளிச்சத்தில் தன் உடம்பில் பல இடங்களில் உறைந்த ரத்தக் கீறல்கள் இருப்பதைக் கவனித்தாள். இது முள் வேலி, இது நகக் கீறல்...

பைசா கொடுக்கும்போது நோட்டின் ஓரத்தில் ரத்தம் இருந்தது.

கண்டக்டர், 'என்னம்மா கீழே விழுந்திட்டியா?' என்றான். மறுபடியும் மடை திறந்தாற்போல் அழுதாள்.

'என்ன கஷ்ட காலமோ? புருஷன் அடிச்சானோ? வேளாண்மைப் பல்கலைக்கழகம், யாராவது எறங்கணுமா?'

தன் பிள்ளையை மடியில் போட்டுத் தட்டிக்கொண்டே சன்னலில் சாய்ந்து வெளியே பார்த்தாள். பௌர்ணமிக்குப் பின்தினங்கள் போல் இப்போதுதான் இருட்டை விலக்கி விட்டு நிலா வெளி வரலாமா என்று யோசித்துக்கொண்டிருந்தது. பஸ்ஸின் ஜன்னல் நிழல் தார் சாலையில் பிடிவாதமாகத் தொடர, 'நான் பிறந்ததைச் சொல்லவா, வாழ்ந்ததைச் சொல்லவா, வாழ்க்கைப் பட்ட தையா?' என்று ஏதேதோ தனக்குள் முணுமுணுத்துக் கொண்டு காலையிலிருந்து சேர்த்து வைத்திருந்த அலுப்பில் தூங்கி விட்டாள்.

பஸ் நின்றது.

'ஸ்டாப்பிங் இல்லாம நிறுத்தாதீங்கண்ணே! எத்தனை தரம் சொல்லியிருக்கேன்!'

'ஸ்டாப்பிங் இல்லேடா, ரோட்டிலே பாரு!'

ஹெட்லைட் வெளிச்சத்தில் சாலைக்குச் சற்று இடப்புறமாக ஒரு சின்னத் துணி மூட்டைபோல் கிடந்தது.

டிரைவர் குதித்து இறங்கி அருகே சென்று கவனித்தான்.

'அட! சின்னப்பயல் மாதிரியில்ல தெரியுது.'

'நாகப்பன்! ஓட்டுங்க! நமக்கேன் வம்பு.'

'நல்லா அடிபட்டிருக்கானாம்ல!'

'நாகப்பன்! வேண்டாங்க! யாரோ பயலை அடிச்சுப் போட்டிருக் காங்க. போலீஸ் கேஸாயிரும். ஏற்கெனவே அரை மணி லேட்டு! இவனைத் தூக்கிக்கிட்டு எங்கே கொண்டு போறதா உத்தேசம்?'

'போறபோக்கில போலீஸ் ஸ்டேஷன்லே ஒரு வார்த்தை சொல்லிட்டுப் போயிரலாம். வளில கிடக்குதுன்னு! அதாஞ் சரி!'

'சின்னப் பையன்யா!'

'நாகப்பன்! வம்பு வேண்டாம்! அப்புறம் கோர்ட்டு கேஸு!'

எதிரே ஒரு போலீஸ் ஜீப் வந்து அவர்கள் அருகே நின்றது.

'லாரிக்காரங்க ரிப்போர்ட் பண்ணாங்க. ஒரு சின்னப் பையன் அடிபட்டுக் கிடக்கானாம்ல...'

‘அங்கேதாங்க, நல்லவேளை நீங்க வந்துட்டீங்க! நாங்களே எடுத்துட்டு வர்றதா இருந்தோம்!’

பஸ் கிளம்பியது.

இன்ஸ்பெக்டர், காதரின் அருகே சென்று குனிந்து பார்த்தார்.

திலகம் இன்னும் தூங்கிக்கொண்டிருந்தாள்.

ராகவாச்சாரி கண்ணாடியைத் துடைத்துக் கொண்டு நிமிர்ந்தார். ‘நான் போய் அந்தக் கிராமத்தில் விசாரிச்சிட்டு வந்துட்டேன். எல்லாம் சரிபண்ணிட்டு வந்துட்டேன். அந்த நிலம் உன் னோடதுதான்!’

‘எப்படி அய்யங்கார்?’

‘ரிக்கார்ட்ஸ் சரியாயில்லைன்னு சொல்லிட்டாப் போச்சு!’

‘அப்படி யார் சொல்றது?’

‘வில்லேஜ்ல.’

‘அவன் பத்திரம் வைச்சிருக்கான் சொல்றது.’

‘வெச்சிருக்கட்டுமே! பத்திரத்திலே என்ன எழுதியிருக்குது. சர்வே நம்பர்தானே! அது ஒரு குழப்பமா இருக்கும். அப்பவும் சுலபமா, ‘உன் நிலம் இல்லைடா, இன்னும் ஒரு மைல் தள்ளி இருக்குது’ன்னு சொல்லிடலாம். அவன்கிட்ட இருந்து நிலத்தைப் பிடுங்கவே வேண்டாம். எல்லாம் ஏற்பாடு செஞ்சாச்சு.’

‘எவ்வளவு ரூபா ஆச்சு?’

‘அதைப் பத்தி நீ ஏன் கவலைப்படறே? உங்கப்பன் கிட்ட வாங்கிக்கிறேன்.’

‘அப்பா இந்த விவகாரமே வேண்டாம்னு சொல்றாரு.’

‘என்ன இது ரத்தக் கறை?’

‘பென்சில் சீவிக்கிட்டிருந்தேன். ப்ளேடு வெட்டிருச்சு.’

‘ப்ளேடு எல்லாம் எதுக்கு உபயோகிக்கிறே? தேவையே இல்லை. எல்லாத்தையும் ஜென்டிலாச் செய்யணும். தெரியுதா?’

'உங்கிட்டத்தான் கத்துக்கணும் அய்யங்கார்...'

மல்ட்டிப்பிள் ஃப்ராக்சர்ஸ், மார்பெலும்பு உடைஞ்சிருக்கு. மண்டையில ஒரு விரிசல். ஏகப்பட்ட ரத்த சேதம். கன்கஷன். ஆழமான மயக்கத்தில் இருக்கான். யாரய்யா பையன்?'

'தெரியலீங்க! செத்துக்கித்து வெச்சிருவானா?' என்றார் இன்ஸ்பெக்டர்.

'அப்படித்தான் தெரியுது!'

11

'உன் நிலம் இல்லை'

'அடங்கொன்னியா, திலகம்!' ரத்தினம் சிகரெட்டைச் சட்டென்று எறிந்துவிட்டுத் தன் அக்காவைச் சந்திக்க ஓடினான். அதிகாலை, வானம் அப்போதுதான் வெளுத்து சிங்காநல்லூர் தூங்கி எழுந்திருந்தது. ரத்தினம் ஃபாக்டரிக்குக் கிளம்ப இருந்தான். கூரைக் கடையில் இரண்டு இடியாப்பம் சாப்பிட்டுவிட்டு டீயில் பன்னை தோய்த்துச் சாப் பிட்டுவிட்டு... ரத்தினம் அவளைப் போலத்தான் இருந்தான். அவளைவிட சற்றுக் கறுப்பு. பதினேழு வயசு இருக்கும். பஞ்சாலையில் பாக்கிங் செக்ஷனில் வேலை. இருநூற்றி சொச்சம் சம்பளம். கல்யாணத் துக்குப் பெண் பார்த்து வைத்திருக்கிறான். அவ ளுக்குப் பஞ்சுமிட்டாய் வர்ணத்தில் சேலை எடுத்து வைத்திருக்கிறான்.

'என்னக்கா, உடம்பெல்லாம் ஒரு மாதிரி? இதென்ன காயம்? விளுந்திட்டியா?'

திலகம் அவனை அருகில் பார்த்த உடனே அழ ஆரம் பித்துவிட்டாள்.

'என்னக்கா! பெரியசாமி அடிச்சாரா?'

இல்லை என்று தலையாட்டினாள்.

'பின்ன என்னதான் ஆயிடுச்சு? வா, வந்து உட்காரு. நான் இன்னைக்கு வேலைக்குப் போலே! உனக்காக வீட்ல இருக்கேன். ஒரு கடுதாசி போட்டிருக்கக் கூடாதா? நானே ஊருக்கு வந்து கூட்டிப் போயிருப்பேன்ல! முதலில் உக்காந்துக்க, இந்தா டீ சாப்பிடு. களைச்சு வந்திருக்க! பஷ்ட்டு பஸ்ஸிலே வந்தியா?'

திலகம் ஒருவழியாக அழுது முடித்துவிட்டு நடந்ததைச் சொன்னாள். மூக்கை ஒட்டச் சிந்தினாள். தலையை முடிந்து கொண்டாள். ரத்தினம் ஒரே திக்கில் பார்த்துக்கொண்டே கேட்டான்.

'தீர்த்துன்னா தீர்த்துக் கட்டிர்றேன் அந்தாளை!'

'யாரை?'

'சேட்டுப் பையனை! எங்கேயிருக்கான், சொல்லு!'

'எங்கேயிருக்கான்னு தெரியாதுறா தம்பி! ஊர்க்கோடியில வயக்காடு மாதிரித் தெரியுது. மத்தியில் தார்சுக் கட்டடம்!'

'கண்டுபிடிச்சுடலாம் அக்கா, நீ கவலைப்படாதே, கண்டு பிடிச்சுத் துண்டுதுண்டா வெட்டிப் போட்டுடறேன் அந்தாளை!' என்றான் ரத்தினம்.

'வேண்டாண்டா! வம்புடா! அவன் என்னைத் தொட்டு இழுத்தான். வேறே ஒண்ணும் செஞ்சுடலே. அதுக்கே அவனை மாரியாத்தா கொண்டு போயிருவா. தெய்வம் கொடுக்கும் தண்டனை!'

'வேற ஒண்ணும் செய்யலில்ல?'

'இல்லை!'

'தப்பிச்சான்!'

ரத்தினம் கோழை, சின்ன வயசில் அம்மாவின் சீலைக்குப்பின் ஒளிந்துகொள்வான். தொட்டால் 'பே' என்று அழுவான். எல்லாம் தெரியும் திலகத்துக்கு. அவன் ஒன்றும் போய் சேட்டுப் பையனைக் கிழித்துவிடப் போவதில்லை. எல்லாம் தெரியும். இருந்தும் தன் தம்பியின் சந்துஷ்டிக்காக அந்தப் பாசாங்கு நாடகத்தில் பாகம் வகித்தாள். அவள் முதல் கவலை ஆண்

துணை. அப்புறம் விசாரித்துத் தன் கணவன் எங்கே இருக்கிறான் என்று கண்டுபிடிக்கவேண்டிய, தன்னால் தனியாக இயலாத பொறுப்பு.

'ரத்தினம், நடந்தது நடந்திருச்சு! முதலில் அவரை எங்கே அடைச்சு வச்சிருக்காங்கன்னே தெரியலியே!'

'முதல்லே நெடுப்பாக்கம் போயிரலாம். அங்க போயி போலீஸ் ஸ்டேஷனிலே விசாரிக்கலாம். அவுங்கதான் சொல்லுவாங்க! கவலைப்படாதேக்கா! அவரு எங்கேயிருந்தாலும் கண்டுபிடிச்சு மீட்றலாம்!'

ஒன்பது எக்ஸ்ரே எடுத்தார்கள். இழந்த ரத்தத்துக்குப் பாட்டில் நிறைய ரத்தம் ஏற்றினார்கள். கை, கால், மார்புப் பகுதி எல்லாம் சிம்பு வைத்துக் கட்டி ஒரு காலைத் தூக்கி டிராக்ஷனில் ஏற்றினார்கள். காதரே அடையாளம் கண்டுகொள்ள முடியாதபடி கட்டுகள்.

அவனுக்கு இன்னும் நினைவு திரும்பவில்லை. தாய் தந்தையற்ற அந்த அநாதைப் பையனைக் காப்பாற்ற லட்ச ரூபாய் சாதனங்கள் இணைந்திருந்தன. நிறையப் படித்த டாக்டர்கள் அரைமணிக்கு ஒரு தடவை வந்து பார்த்தார்கள். அவன் கால்மாட்டில் தொங்கின பழுப்புச் சீட்டில் நிலைமை எழுதியிருந்தது. பெயர் மட்டும் தெரியவில்லை என்று எழுதியிருந்தது!

'பெரியசாமியா! யாரு நம்ம ராலிமுக்கு டீக்கடை பெரியசாமியா!'

'அவருதாங்க!'

'அவன் நம்ம சப்ஜெயில்லதான் இருக்கான்! குடிச்ச கேஸு?'

'ஆமாங்க! கோயமுத்தூருக்குக் கொண்டுகிட்டுப் போயிட்டதாச் சொல்லிட்டாங்க. நான் கிடந்து அல்லாடினேங்க.'

'கோயமுத்தூரும் இல்லே, ஒண்ணும் இல்லை. இங்கேதான் இருக்கான். மாஜிஸ்ட்ரேட் கோர்ட்ல விசாரிச்சாங்க! நூத்தம்பது ரூபா அபராதம் போட்டாங்க! பணமில்லை. அதுக்குப் பதிலா ஜெயில்ல கிடக்கான். நீங்க பணம் கட்டிட்டு அழைச்சிட்டுப்

போயிறலாம்! அவன் கிட்டச் சொல்லிப் போடும்மா, குடிச்சுத் தொலைக்க வாண்டாமுன்னுட்டு!'

'நீங்கதான் சொல்லணுங்க. நான் சொல்லி அவரு கேக்குறவர் இல்லை!'

'அப்புறம் உங்க கடைக்குப் போயி சமீபத்தில பாத்தியா?'

'இல்லீங்களே, ஏன்?'

'போய்ப் பாரு!'

திலகத்துக்குப் புரியவில்லை. இருந்தும் அவள் மனத்தில் கொஞ்சம் ஆறுதல் இருந்தது. கணவன் இங்கேதான் நெடுப் பாக்கம் ஜெயிலில் இருக்கிறான். கண்டுபிடித்தாகிவிட்டது.

'அக்கா! பணம் கட்ட வேண்டி வரும்!'

'கட்டிறலாம்' என்று வளையலை உருவிக் கொடுத்தாள். ரத்தினம், 'இருக்கா, முதல்லே உன் அளகான புருசனைப் போய்ப் பார்க்கலாம்! பத்திக்கிட்டு வருது! பேசாம செயில்லேயே ஒரு மாசம் இருந்துட்டு வரட்டும். நான் காப்பாத்தறேன் உன்னை!'

'என் புருசன்டா! அவரு இல்லாம எனக்கு வேற எதுவும் இல்லியே! இந்தப் பாளாப்போன குடிப்பளக்கத்தை நிறுத்திட்டா அவரு தங்கம்! ரத்தினம், கோயமுத்தூர்ல நடந்ததை அவரு கிட்டச் சொல்லவேண்டாம். வேளை வர்றபோது சொல்லிப் போடுவேன் என்ன?'

'சரி, சரி!'

தாழ்வான ஓட்டுக் கட்டடத்துக்கு வந்து சேர்ந்தார்கள். அதுவே பெஞ்சு மாஜிஸ்டிரேட் கோர்ட். வாரம் ஒரு தடவையோ இரண்டு தடவையோ வருவாரு போல. இப்போ ஒரு குமாஸ்தாதான் உட்கார்ந்திருந்தார். ஈட்டி ஈட்டியாகக் கம்பிக் கதவு. திண்ணையில் ஒரு குட்டிப் பெஞ்சுமுன் உட்கார்ந்திருந்தவர் கண்ணாடியைத் துடைத்துக்கொண்டு திலகத்தைப் பார்த்தார்.

'நீ அவன் பெண்சாதியா!'

'ஆமாங்க.'

'பணம் கட்டிடறேளா?'

'ஆமாங்க. இந்த வளைவியை விக்கணுங்க.'

'இப்படியே நேராப் போனா ஆச்சி கடைன்னு கேளு. அவ பணம் கொடுப்பா, தங்கமா?'

'ஆமாங்க. எங்கப்பாரு செஞ்சு போட்டது. அவரு எங்கங்க?'

'உள்ளே இருக்கான். பத்திரமா இருக்கான். கவலைப்படாதே. காட்டறேன்!'

அவனைப் பார்த்ததும் திலகத்துக்குப் பிரவாகமாக அழுகை வந்துவிட்டது. மகளைக் கட்டிக்கொண்டு அப்படியே உட்கார்ந்துகொண்டு அழுதாள்.

பெரியசாமி அவர்களைப் பார்க்காமல் தலை குனிந்துகொண்டான்.

'என்ன இப்படிச் செய்துட்டீங்க மாப்ளே?'

மௌனம்.

'நகையெல்லாம் வித்தாச்சில்ல? நூத்தம்பது ரூபா அவராதம்!'

'ஏன் வரலை இத்தனை நாளு?' என்றான் பெரியசாமி.

'உங்களை எங்க வச்சிருக்காங்கன்னே தெரியாமப் போயிருச்சு! அக்காளும் தனியா என்ன செய்யும் பாவம்! சிங்காநல்லூர் வந்திருச்சு!'

'இப்பப் பணம் குடுத்தாச்சா?'

'ஆச்சு! இதோ ஆச்சு!'

'தொறந்துவிடச் சொல்லு, பசிக்குது!' மனோகரி அவனை நோக்கி ஓடியது. பெரியசாமி அதை வாங்கித் தூக்கிக்கொண்டு சற்று நேரம் அழுதான்.

நிறைய தாடியும் சிக்கலான தலைமயிருமாக பெரியசாமி 'லபக் லபக்' என்று சாப்பிடுவதையே பார்த்துக்கொண்டிருந்தாள் திலகம். மூக்கை உறிஞ்சினாள்.

'அக்கா, மறுபடியும் அளப் போறீயா? எல்லாம் ஊருக்குப் போயி வச்சுக்கலாம். என்னாடி மனோகரி? சிரிக்குது பாரு!'

பெரியசாமி இன்னும் சாப்பிட்டுக்கொண்டிருந்தான். அவளை நிமிர்ந்து பார்க்கவில்லை.

இரண்டு மணி பஸ் பிடித்து அவர்கள் மறுபடியும் ராலிமுக்கு வந்தார்கள். மரத்தடியில் அவர்களை இறக்கி விட்டுவிட்டுப் புழுதி பறக்க பஸ் சென்றதும் அந்தப் படலம் அடங்கக் காத் திருந்தார்கள்.

'வா, திலகம்! வீட்டுக்குப் போகலாம்!' என்றான்.

'அங்க பாருங்க!' என்றாள்.

பெரியசாமி திடுக்கிட்டான். எங்கே அவன் வீடு? எங்கே அவன் டீக்கடை? எங்கே அவன் நிலம்? எல்லாவற்றையும் ஒட்டு மொத்தமாகச் சேர்த்து வேலி போட்டிருந்தது.

'ஏய்! ஏய்! யார்றாவன் என் கடையிலே' என்று சப்தமிட்டுக் கொண்டே வேலிக்கு வந்தான்.

கடை அவசரமாக இடிக்கப்பட்டிருந்தது. டீப் பாத்திரங்கள் எதையுமே காணோம். அடுப்பு இடிந்திருந்தது. அருகில் செல்ல முடியாதபடி வேலி! விண் என்ற வேலி!

'திலகம்! நீ வரப்போ வீட்டைப் பூட்டிவிட்டு வந்தியா?'

'ஆமாங்க! பூட்டி பலகையெல்லாம் நவத்தி வைச்சுட்டுத்தான் வந்தேனுங்க! ஆத்தாடி! இந்த அநியாயம் உண்டா?'

'நம்ம உடமையெல்லாம் எங்க கிடக்குது பாரு!'

மரத்தடியில் அவன் சொத்தெல்லாம் கொண்ட தகரப்பெட்டி கிடந்தது. உடைந்த கண்ணாடி சீசாக்கள் கிடந்தன.

'யாரு இப்படி செஞ்சிருப்பாங்க?'

'எல்லாம் அவங்கதான்! நிலத்தை விலைக்குக் கேட்டாங்க. தரமாட்டேன்னேன். அதுக்குப் பதிலாப் புடுங்கிக்கிடலாம்னு பார்க்கறாங்க!'

'அதெப்படி? நிலம் நம்முதில்லே?' என்றான் ரத்தினம்.

'நம்முதுதான்.'

'பத்திரம் இருக்குதுல்ல?'

பெரியசாமிக்குத் திகீர் என்றது. பத்திரம்! பத்திரத்தைக் கிழித்துப் போட்டிருப்பார்களோ! பத்திரத்தை எங்கே வைத்தேன்! பெட்டியிலதானே.

திடீரென்று ஞாபகம் வந்தது. பத்திரம் பெட்டியில் இல்லை. நெடுப்பாக்கத்தில் ஒருத்தரிடம் கொடுத்திருக்கிறான். அவரிடம் முந்நூறு ரூபாய் கடன் வாங்கியபோது திருப்பித் தரும்வரை வைத்துக்கொள்ளுங்கள் என்று கொடுத்தது எவ்வளவு நல்லதாய்ப் போச்சு! அப்பாடா!

'இருட்டறதுக்குள்ளே இவர்களை விரட்டலை, என் பேரு பெரியசாமி இல்லே!'

'அடிதடி வேண்டாங்க. இப்பத்தான் ஜெயிலுக்குப் போயி வந்திருக்கீங்க!'

'முண்டம்! நம்ம ஒடைமை எல்லாம் பறிபோயிடுச்சி. நிக்க நிழலில்லை. தெரியுமில்லே?'

'சிங்காநல்லூர் திரும்பிப் போயிடலாம், வாங்க!'

'பேசறதைப் பாரு! நம்ம நிலத்தில், நம்ம வீட்டில உரிமையே இல்லாத ஒருத்தன் வந்து குந்தியிருக்கான். உட்டுட்டுச் சிங்கா நல்லூர் போறதா?'

பெரியதனக்காரர், மணியம், கவுண்டர் என்று பற்பல பெயர்களில் அழைக்கப்பட்ட நல்லமுத்து திண்ணை பூரா உட்கார்ந்திருந்தார். அவருடைய கறு மீசை காற்றில் பிசிறாக ஆடியது. நெற்றிப் பொட்டில் கால் இஞ்ச் குறுக்களவுக்கு மச்சம். கழுத்தில் கொட்டைப் பாக்கு. புஜத்தில் மணிக்கயிறு. பெரிய லவுட்ஸ்பீக்கர் குரல்.

'இப்ப என்ன சொல்றே பெரியசாமி!'

'அய்யா, பத்திரம் பாத்தீங்க இல்லே!'

‘ஆமாம்.’

‘அந்த நிலம் என்னதுதானே? சந்தேகம் இல்லையே.’

‘நிலம் ஒண்ணுதுதான். அந்த நிலம்தானா சந்தேகம்.’

‘புரியலீங்க. புரியற மாதிரிச் சொல்லுங்க.’

‘இதப் பாரு பெரியசாமி! இந்தப் பத்திரத்தில் உள்ளபடி உன் நிலத்தினுடைய சர்வே நம்பர் 178-ங்கீழே இரண்டுங்கீழ மூணு! சர்க்கார் நிலம் முச்சூடும் கணக்கா சர்வே பண்ணித் துப்புரவா நம்பர் எழுதி ரிக்கார்டுகள் வச்சிருப்பாங்க. அதும்படி ராலி முக்கில உன் டீக்கடை இருக்கிற நிலம் உன்னுது இல்லை! நெடுப்பாக்கம் பஞ்சாயத்தைச் சேர்ந்தது.

‘என்னங்க இப்படிச் சொல்றீங்க! அப்ப இந்தப் பத்திரத்தில உள்ளது? நான் இருபது வருசமா அங்கே இருக்கேன். இது வரைக்கும் ஒருத்தரும் எங்கிட்ட வந்து, ‘பெரியசாமி! இது உன் நிலமில்லே’ன்னு சொன்னதில்லை. வரிப் பணம் கட்டி யிருக்கேன். அப்ப சொல்லலல்ல! இப்ப அந்தச் சேட்டு வந்து கேட்டதும்தான் மாத்திச் சொல்றீங்களே. இது நியாயமா?’

‘இதுவரைக்கும் ரெவின்யூ ரிக்கார்டுகளை ஒருத்தரும் ஒழுங்காகப் பார்த்ததில்லை பெரியசாமி. உன்கிட்ட எதுக்குப் பொய் சொல்லணும்?’

‘இப்ப மட்டும் என்னவாம்?’

‘இப்பதான் கோயமுத்தூர்ல இருந்து ஒரு வக்கீல் அய்யரு வந்து எல்லாத்தையும் நோண்டிப் பார்த்தார். கலெக்டர் ஆபீஸில இருந்து மண்ணைத் தோண்டறதுக்கு லைசென்ஸ் வாங்கி வந்திருந்தார்.’

‘மண்ணைத் தோண்டவா? எதுக்குத் தோண்டணும்?’

‘அது எதுக்கோ தெரியல்ல!’

‘நான் தோண்ட மாட்டேனா?’

‘நிலம் உன்னுது இல்லியே?’

‘பின் என் நிலம் எங்கே?’

'அது தள்ளி இருக்குது. ஒரு மைல் தள்ளி மேற்கே இருக்குது! இத பாரு மேப்பு!'

பெரியசாமி புரியாமல் கட்டம் கட்டமாக இருந்த ப்ளூ பிரிண்டைப் பார்த்தான். மடித்து மடித்து அழுக்காக இருந்த அந்த வரைபடத்தைப் பார்த்தாலே அவநம்பிக்கையாக இருந்தது அவனுக்கு. அதன்மீது மணியக்காரரின் விரல் ஒன்று நகர்ந்து உட்புறமாக ஓர் இடத்தில் நின்று 'இதுதான் உன் நிலம் பெரியசாமி!' என்றார்.

'இது எங்கிட்டால இருக்கு?'

'சொன்னேனே, மேற்கே ஒரு மைல் தள்ளினாப்பல உள்ற!'

'என்னங்க இது அக்கிரமம்! அங்க யாருங்க டீ குடிக்க வருவாங்க? அந்தப் பக்கமெல்லாம் தரிசுங்க! அதெ வெச்சுக்கிட்டு நான் என்ன செய்யறதுங்க!'

'பக்கத்திலே ஒரு ஜொனை இருக்குது பெரியசாமி. நல்ல இடம் தான்!'

'இது வேண்டாங்க! எனக்கு என்னோட நிலத்தையே குடுத்துருங்க!'

'இதான் உன் நிலம்கிறேன். அறிவுகெட்டத்தனமாப் பேசறியே! இதப் பாரு. நான் ஒரு சர்க்கார் ஊழியன். எனக்கு சப்ரிஜிஸ்தரு, ரெவின்யூ இன்ஸ்பெக்டரு, கலெக்டர் ஆபீஸில இருந்து உத்தரவு வருது. உனக்கு இனிமே ஏதாவது கேக்கணுமின்னா கலெக்டர் ஆபீஸில் போய்க் கேட்டுக்க!'

'அதுக்கு எவத்தாலே போகணும்?'

'கோயமுத்தூருக்கு. அங்க கலெக்டர் தொரை இருக்காரு. சின்னவரு! புதுசா வந்தவரு. அவரைப் போய்க் கேளு. அவருகூட ஒண்ணும் செய்ய முடியாது. அயனா இருக்குதே ரிக்கார்டு!'

'ஆமா! ரெக்கார்டு! பொட்டக்காளிப் பயலுள்ள எல்லாம்?'

'என்ன பெரியசாமி! வார்த்தை வளருதே! ஜெயில்ல இருந்தது போதாதா?'

'நீங்க வாங்க மாப்பிள்ளே' என்றான் ரத்தினம்.

'அடே சின்னப் பயகளா! உருப்பிடுவியளா? என் நிலத்தை உருவிக்கிட்டுப் பிடுங்கிட்டீங்களே, நியாயமா? எங்கப்பாரு நெலண்டா. எங்கப்பாரு பாடுபட்டு ஒளைச்சு சொந்தக் காசில வாங்கின நிலம்! அஞ்சு ரூபா பத்து ரூபாய்க்குச் சொந்தப் பொண்டாட்டியை வித்திருவீங்களே. அடேய் அடேய்!' என்று தெருவெல்லாம் கத்திக்கொண்டே சென்றான் பெரியசாமி.

12
இன்னும் சில சிக்கல்கள்

கலெக்டர் ஆபீஸ் கட்டட மர நிழலில் பெரியசாமி, திலகம், மனோகரி மூவரும் நின்றுகொண்டிருந்தார்கள். ரத்தினத்துக்கு லீவு கிடைக்கவில்லை. வெள்ளிக்கிழமை பெரியப்பாவுடன் வருவதாகச் சொல்லிவிட்டுச் சிங்காநல்லூர் திரும்பிப் போய் விட்டான்.

பலர் உள்ளே போய் வந்த வண்ணம் இருந்தார்கள். கலெக்டர் ஆபீஸ் கட்டடமே என்னுடையது என்கிற பாணியில் ஒரு நாய் தலையை உயர்த்தி விரைந்து கொண்டிருந்தது. சர்க்கார் கட்டடங்களில் தவிர்க்க முடியாத ஒட்டுண்ணிகள் உலவ, கையில் பத்திரத் துடன் பெரியசாமி புரியாமல் விழித்தான். அங்குள்ள பலரைப் பார்த்தால் அவனுக்கு கலெக்டர் போலத்தான் தோன்றினார்கள். கலெக்டரை அவ்வளவு சுலபமாகச் சந்திக்க முடியாது என்பதும் அவனுக்குத் தெரிந்திருந்தது. மனோகரி அந்த நாயைச் சுவாரஸ்யமாகக் கண்களால் தொடர்ந்து கொண்டிருந்தாள். திலகம் தன் கணவனைக் கண்களால் தொடர்ந்துகொண்டிருந்தாள்.

ஷோக்காகச் சட்டை போட்டுப் படிய வாரிய ஆசாமி ஒருத்தன் சற்று நேரம் இவர்களைக் கவனித்துவிட்டு அருகில் வந்தான்.

‘என்னங்க?’ என்றான்.

‘அய்யா, நான் கலெக்டரைப் பார்க்கணும்!’

‘பார்த்துட்டாப் போச்சு. என்ன விஷயம், வாங்க, ஏன் நிக்கறீங்க? வராந்தாவில் பெஞ்சு போட்டிருக்குதில்லை?’

‘இருக்கட்டுங்க.’

‘என்ன விசயம் சொல்லுங்க.’

பெரியசாமி சற்றுத் தயங்கி, ‘என் நெலத்தைப் பிடுங்கிட்டாங்க’ என்றான். அவன் தன் கைப் பையிலிருந்த சீப்பை எடுத்து ஒருமுறை வாரிக் கொண்டு ஒருமுறை அதை ‘டிர்ரிங்’ என்று வாசித்துவிட்டு ‘யாரு?’ என்றான். சீப்பை உள்ளே செருகினான்.

‘நெடுப்பாக்கம் பஞ்சாயத்துலங்க!’

‘அது எங்கே இருக்கு நெடுப்பாக்கம்?’

‘மேக்காலங்க.’

‘உன் சொந்த நிலமா?’

‘ஆமாங்க.’

‘அது எப்படிய்யா? பத்திரம் கித்திரம் கிடையாதா?’

‘இருக்குதுங்க. அந்த கெரகம் ஏன் கேக்கறீங்க! ‘உன் நிலம் அங்கே இல்லே தள்ளிக் கிடக்குது’ன்னு ரெண்டர்த்தமாகச் சொல்றாங்க. தூரத்திலே வேற எடத்தைக் காட்டறாங்க. தரிசுங்க!’

‘பத்திரத்தைக் காட்டுங்க பார்க்கலாம்!’

அந்த இளைஞன் அதை வாங்கி ஒரு தடவை திலகத்தைக் கடைக்கண் பார்த்துவிட்டுத் தீவிரமாகத் தன் வாழ்க்கைப் பிரச்னையே அதில் அடங்கியிருக்கிறது போலப் பார்த்தான்.

‘ஹூம்!’ என்று பெருமூச்சு விட்டான். ‘ஒரு காகிதம் இருக்குதா?’

‘இல்லீங்க.’

அவன் அங்கே இங்கே பார்த்துவிட்டுத் தரையில் இருந்து ஒரு பஸ் டிக்கெட்டைப் பொறுக்கித் தன் பையிலிருந்து பென்சில் எடுத்துப் பத்திரத்திலிருந்து முக்கியமாக ஏதோ குறிப்பு எடுத்துக் கொண்டான்.

'சர்வே நம்பர் எழுதிக்கிட்டு இருக்கேன். இந்தாங்க பத்திரம், கொஞ்சம் இங்கேயே இருங்க. ரிக்கார்ட்ஸ் பார்த்துவிட்டு வந்துடறேன்' என்று அவன் கட்டடத்தின் உள்ளே சென்று மறைந்தான்.

பெரியசாமி காத்துக்கொண்டிருந்தான்.

'இவரு யாரு?' என்றாள் திலகம்.

'தெரியாது.'

'தெரியாமத்தான் இம்புட்டுப் பேச்சா?' சிரித்தாள்.

'சும்மா இரு. கலெக்டருக்குத் தெரிஞ்சவராட்டம். இங்கே வேலை செய்யறவரா இருக்கும். உள்ளே போயிருக்காரே! என்ன தான் சொல்லுவான் பார்க்கட்டும்!'

உள்ளே போனவன் நேராகக் காரிடாரைக் கடந்து கட்டடத்தின் பின்புறம் வந்து அங்கிருந்து வேலிவரை நடந்து மர நிழலில் வேலி ஓரம் இருந்த தாற்காலிகக் கடையில் ஒரு கத்திரி சிகரெட் வாங்கிப் பற்ற வைத்து நிதானமாகப் புகைத்தான்.

'காசு?' என்றாள் கடைக்காரப் பெண்.

'இந்தா! நீ எங்கே போறே. நான் எங்கே போறேன்!'

'மொத்தம் அறுபத்தி அஞ்சியாச்சு!'

'ஒரு ரூவா ஆனதும் சொல்லிப்போடு கண்ணு!' என்று அவள் கன்னத்தில் தட்டினான். பன்னிரண்டு வயசுப் பெண், கண்ணில் நிறைய மையிட்டிருந்தாள்.

சிகரெட்டைக் குடித்து முடித்துவிட்டு அருகில் நின்றவரிடம் மணி கேட்டுக்கொண்டான். புறப்பட்டுத் திரும்பவும் பெரிய சாமியிடம் வந்தான்.

'ரிக்கார்ட்ஸைப் பார்த்தேன். பஞ்சாயத்துல செய்தது தப்புத்தான் அண்ணே!'

பெரியசாமி பிரகாசமாகி, 'பார்த்தீங்களா?' என்றான். திலகத்தைப் பார்த்துக்கொண்டான்.

'இருந்தாலும் ஆர்டர் போட்டிருக்குது இல்ல! நீங்க ஒண்ணு செய்யுங்க. எதுக்கும் அவங்க கொடுத்த நிலத்திலே போய் டேரா போட்டுருங்க. குந்திக்குங்க. கூடவே ஒரு மனுப் போட்டுறலாம் கலெக்டருக்கு. பதினைஞ்சு நாளிலே ஆர்டர் வந்துரும். திரும்ப உங்க நிலத்துக்குப் போயிறலாம்.'

'மனு எங்க கிடைக்கும்?'

'எழுதித் தரணும்.'

'யாரு?' எனக்கு எழுதத் தெரியாதுங்களே?'

'எல்லாம் நான் ஏற்பாடு செய்து தரேன். அப்புறம் கொஞ்சம் தனியா வாங்க!'

தனியா அவனைப் பத்தடிக்கு அழைத்துச் சென்று அவன் தோள் மேல் கை போட்டு 'இருபத்தி அஞ்சு ரூபா எடுங்க' என்றான்.

'எதுக்கு?'

'குமாஸ்தாவுக்கு கொடுக்கிறதுக்கு. அப்புறம் மனு டைப் அடிக்கணும்ல? எனக்கு ஒரு பைசா வேண்டாம்.'

பெரியசாமி தன் சட்டைப்பையில் இருந்த பணத்தை எல்லாம் எண்ணிப் பார்த்தான்.

'இருபத்தி நாலுதாங்க இருக்கு.'

அதை அப்படியே அந்த இளைஞன் பிடுங்கி வாங்கிக்கொண்டு மடக்கிப் பனியனுக்குள் உள்ள பையில் போட்டுக்கொண்டான்.

'இன்னிக்குத் தேதி என்ன?'

'தெரியாதுங்க.'

‘சரியா இருபத்தி ஆறாம் தேதி ஆர்டர் கிடைச்சுரும். இங்க வந்து வாங்கிக்கிறியா, தபால் மூலமா அனுப்பிச்சுறவா? உங்க அட்ரஸ் என்ன?’

‘அட்ரஸ் இல்லீங்களே. அதைத்தான் புடுங்கிக்கிட்டாங்களே. ராலிமுக்குலே இருந்தேன்?’

‘உன் பேரு என்ன சொன்னே?’

‘பெரியசாமி!’

‘பெரியசாமி, ராலிமுக்குன்னு போட்டா வந்துருமா?’

‘தபால்காரர் கிட்டச் சொல்லிப் போடறேனுங்க.’

‘என் கூட வா! மனு டைப் அடிக்கணும் பாரு. கட்டடத்தை விட்டு வெளியே வந்து, ‘சாலையைக் கடந்து தட்டி நிழலில் ஒரு புராதன ஆசாமியிடம் சென்று நின்றான். ‘கலெக்டருக்கு ஒரு அப்ளிகேஷன் அய்யரே...’ என்றவன், ‘ராமைய்யர் கோர்ட்டிலே இருந்தவரு. நல்ல ஸ்டிராங்கா அப்ளிகேஷன் அடிச்சுக் குடுப்பாரு. இது பெரியசாமி. நிலத்தகராறு. உட்காருங்கம்மா. நிக்கறீங்களே! சொல்லுங்க பெரியசாமி...’

பெரியசாமி தரையில் உட்கார்ந்துகொண்டு விசனமாகப் பேசினான். ‘எங்கப்பாரு நெலங்க. பூர்வீகமா வந்தது. இருவது வருஷமா ஒருத்தன் கேட்டதில்லை...’ என்று தான் நிலமிழந்த கதையைச் சொல்ல, அய்யரின் ஆர்த்ரைட்டிஸ் இயந்திரம் டக்டக்டக் என்று இயங்கத் தொடங்கியது.

புரியாத ஆங்கில எழுத்துக்களில் கடைசியில் விரலில் மசி தடவிப் பதித்து வாங்கிக்கொண்டு ‘அப்ப நான் வரேன் பெரியசாமி! நீங்க ஒண்ணுக்கும் கவலைப்படாதீங்க.’ பேசிக்கொண்டே ஐயருக்கு இரண்டு ரூபாய் கொடுத்தான். மனுவை எட்டாக மடித்துப் பைக்குள் போட்டுக்கொண்டான்.

பெரியசாமி சற்றுத் தீர்மானமில்லாமல், ‘எதுக்கும் கலெக்டரை ஒரு தடவை பார்த்துப் பேசிற முடியுங்களா?’ என்று கேட்டான்.

'கலெக்டரா? அவர் டூர் போயிருக்காரு. வர ஒரு வாரமாகும். ஒரு வாரத்திலே உனக்கு ஆர்டர் வரலை, நேர இங்கே வந்து பாரு என்னை. நீ எங்கே போறே. நான் எங்கே போறேன். என்ன?'

'சரிதாங்க.'

அவர்கள் பேசிக்கொண்டிருக்க, கலெக்டர் தன் ஃபியட் காரில் வந்து இறங்கி உள்ளே சென்றார்.

'அப்ப நான் வரட்டுங்களா?' என்றான் பெரியசாமி.

'தாராளமா.'

சற்றுத் தயங்கி, 'இருக்கிற காசு அம்புட்டும் கொடுத்துட்டேங்க. திரும்பிப் போக பஸ் சார்ஜுக்குக் காசு வேணும்' என்றான்.

'உங்க ஊருக்கு சார்ஜ் எத்தனை!'

'தெரியாதுங்க.'

'இந்தா ஒண்ணரை ரூபா வெச்சுக்க!'

திலகத்தையும் மனோகரியையும் அழைத்துக்கொண்டு பெரிய சாமி பஸ் நிலையத்தை நோக்கி நடந்தான்.

ஒன்றரை ரூபாய் போதவில்லை. ஒண்டிப்பட்டியிலேயே இறக்கி விட்டு விட்டார்கள். பதினைந்து மைல் நடக்க வேண்டி யிருந்தது.

★

அன்புள்ள ஐயா,

சமீபத்தில் ராலிமுக்கு என்கிற இடத்தில் நெடுப்பாக்கம் பஞ்சாயத்து நிலத்தில் மக்னிசியம், மாங்கனீஸ் முதலிய கனிமங்களைத் தோண்டுவதற்காக உங்கள் அலுவலகத்தினால் ப்ரேம்சந்த் அகர்சந்த் என்பவருக்கு ஒரு பிராஸ்பெக்டிவ் லைசென்ஸ் கொடுக்கப்பட்டிருக்கிறது. அந்த இடத்தில் வைரங் கள் கிடைப்பதாக ஆதாரப்பூர்வமான தகவல்கள் கிடைத்திருக் கின்றன. வைரங்கள் தோண்டப்பட்டுத் திருட்டுத்தனமாக

பம்பாய்க்கு கடத்திச் செல்லப்படுகின்றன. இதனால் அரசாங்கத்துக்கு ஏற்படும் வருமான இழப்பைக் கணக்கிடுவதற்கில்லை. இதனை உடனே விசாரித்து அந்த இடத்தைச் சர்க்காரே எடுத்துக்கொள்ளும்படிக் கோருகிறேன்.

இங்ஙனம்

வி.சதாசிவ ராவ்

கடிதம் கலெக்டர் ஆபீசுக்கு வந்து அதை கலெக்டர் அப்படியே மாநில ஜியாலஜிஸ்ட்டுக்கு அனுப்பினார். அதற்கு பதில் எழுதினார் ஜியாலஜிஸ்ட்.

'The area has been extensively surveyed by GSI and SGD. There are no diamonds in that area not even industrial diamond. If you so desire you may cancel PL and seal off the land. We'll do a resurvey. But I have my doubts.'

இதன் கீழ் ஆணைக்காக என்று ஒரு உபகலெக்டரின் வாசகத்துக்குக்கீழ் கலெக்டர் குறிப்பு:

'லைசென்ஸ் கொடுத்தவரை சரி, இனி புதுப்பிக்கவேண்டாம். இப்போதைக்கு அவன் தோண்டுகிறவரை தோண்டட்டும். ஒருமுறை நான் சென்று பார்க்கிறேன். கடிதத்துக்குத் தக்க பதில் தரவும்.

ஒப்பம்.'

ஸ்ரீனிவாச சர்மா யோசனையில் ஆழ்ந்தார். அவர் எதிரே ப்ரேம் நடந்துகொண்டே கையைக் கையுடன் ஓங்கிக் குத்திக் கொண்டிருந்தான்.

'இதுவரைக்கும் மொத்தம் நாப்பதாயிரம் ரூபாய் கர்ச் பண்ணிப்பிட்டேன் புரொபசர்! ம்ஹூம்... ஒரு கல்லு? ஒரு கல்லு கிடைக்கலியே! எவ்ள ஆளம் தோண்டறது? எங்க தோண்டறது? வெறும் கறுப்புக் கறுப்பா கட்டிதான் வருது. ஸாலா! எங்கப்பா சொன்னார். அந்த வியாபாரம் வேண்டாம்னு!'

'இதப் பாரு ப்ரேம்! பொறுமை நிறைய வேணும்! அப்படி சட்டுனு கிடைச்சுறாது! நான் சொன்னேன் பாரு பைப்லைன். அதுமட்டும் எங்கே இருக்குன்னு கண்டுபிடிச்சுட்டா...?'

'பாருங்க புரொபசர்! இந்த பைப்லைன் கதி கேட்டு சுஸ்த் ஆயிடுச்சு! உங்களை டைரக்டராப் போட்டு மாசம் ஆயிரம் கன்ஸல்டன்ஸி வேற தண்டம்!'

புரொபசருக்கு முகம் கடுமையாகி, 'இதப் பாரு சேட்! நானா உன்கிட்ட வரல. நீதான் என்னைக் கெஞ்சிக் கேட்டுக்கிட்ட!' என்றார்.

'கோவிச்சுக்காதீங்க புரொபசர்! இப்ப நீங்க என்ன சொல்றீங்க? கடிக்குமா கடிக்காதா?'

'எனக்கு மறுபடி அந்தக் கல்லைப் பார்த்தாகணும். ஒரு செகண்ட் ஒபினியனுக்கு!'

'எந்தக் கல்லு?'

'முதல்ல எங்கிட்டக் காட்டினியே?'

'அளுக்கு வைரம்?'

'அதான். கொண்டு வா அதை!'

'அதைத்தான் எங்கேயோ வைச்சேன்னு யோசிக்கிறேன். ஸாலா! ஸமஜ் நை ஆத்தா ஹை!'

'என்னது? அதைக் காணோமா?'

'ஆமாம்.'

'ஏய்! என்னடா சொல்றே? அது நல்ல வைரமா இருந்தா லட்சக் கணக்கிலே அதுக்கு மதிப்பு இருக்கும்டா.'

'அது நல்ல வைரமா இருந்தா! புரொபசர், எனக்கு என்னவோ ஒரு விசியம் ஒதிக்குது. அந்த இடத்தில் அவ்வளவு வைரம் இருந்தா கவர்ன்மெண்ட் சும்மா விடுவாங்களா? மத்தியப் பிரதேசில பன்னாவுலே எவ்வளவு தோண்டுறாங்க. அந்த மாதிரி இங்கேயும் கண்டுபிடிச்சுத் தோண்டியிருக்க மாட்டாங்களா? வெள்ளைக்காரன் விட்டு வைச்சிருப்பானா? அதுக்கப்புறம் இண்டியா கவர்ன்மெண்ட்டு அப்படி சுலபமா லைசென்ஸ் கொடுத்துடுமா?'

'இதப் பார், நான் ஜியாலஜி டிபார்ட்மெண்டுல இருந்தவன். எனக்கு இதெல்லாம் நல்லாவே தெரியும். டிபார்ட்மெண்டிலே இந்த ஏரியாவே சரியா சர்வே பண்ணலை. எனக்குத் தெரியும்.'

'எப்படியோ, நாம ரெண்டு வாரமா நோண்டிக்கிட்டு இருக்கம். களிமண்ணு உருண்டைதான் கெடைக்குது, நாப்பதினாயிரம் ரூபா செலவு பண்ணியாச்சு!'

'பைப்! அந்த வைரப் பைப் மட்டும் கிடைச்சுட்டாப் போதும்.'

அவர் போனதும் ப்ரேம், சின்னியைக் கூப்பிட்டான்.

'மேஜை மேலே ஒரு கல்லுக்கட்டி வெச்சிருந்தேன், பார்த்தியா சின்னி?'

'தெரியாதுங்களே! நான் உங்க மேஜை மேலே எதுவும் தொடறது இல்லீங்க!'

சின்னி, ப்ரேமின் அறையைச் சுத்தம் செய்யும்போது அந்தக் கல்லைப் பார்த்திருந்தாள். அதை எடுத்து இது எதுக்கு அளுக்குக் கல்லு மேஜை மேலே கிடக்குது என்று ஜன்னலுக்கு வெளியே சாக்கடையில் எறிந்துவிட்டாள். அதை இப்போது அவனிடம் சொன்னால் கோபித்துக் கொள்வான். அவன் கோபப்படக் கூடாது. அவனிடம் சொல்ல வேண்டிய இன்னொரு முக்கிய விஷயம் இருக்கிறது.

'என்ன சின்னி நிக்கிறே?'

'எசமான், எசமான்! நம்ம விசயம்.'

'என்னது?'

'ஒரு மாதிரி ஆயிடுச்சுங்க!'

'ஒரு மாதிரின்னா, என்ன? சமஜ்ல வர்ற மாதிரி சொல்லு.'

'நான் முளுவலீங்க!'

'முளுவல மத்லப்?'

சின்னி பெரிசாக அழ ஆரம்பித்தாள். ப்ரேம் சற்று முற்றும் பார்த்து, 'இதப் பாரு சின்னி! ஒர்ரி பண்ணாதே! நான் எல்லாத்தையும்

கவனிச்சுக்கறேன்! இப்ப என்ன ஆயிடுச்சு! பெரிய சர்க்கார்கிட்ட மட்டும் சொல்லிடாதே. இந்தா ரூபா வெச்சுக்கோ...'

ப்ரேமுக்குக் கைகள் இன்னும் நடுங்க ஆரம்பித்தன. எத்தனை சிக்கல்கள்! இந்தப் பெண்ணை என்ன செய்வது?... யாரைக் கேட்பது? தாயையா ஆம்! இல்லை. டாக்டரை?

ப்ரேமுக்கு மற்றொரு சிக்கல் இப்போது உருவாகிக் கொண்டிருந்தது. காதர்!

13
இன்னும் சில வைரங்கள்

இன்ஸ்பெக்டர் செல்வராஜ் ஆஸ்பத்திரிக்கு வந்த போது காலை ஒன்பது மணி. நேராகக் காஷுவா லிடியைக் கடந்து, தவிர்க்க முடியாத வாசனைகளின் ஊடே நடந்தார். இருபத்தி எட்டாம் எண் அறையில் பாதிக் கதவைத் தள்ளிக்கொண்டு உள்ளே சென்றார். டாக்டர் இல்லை. அவர் வரட்டும் என்று நாற்காலியில் உட்கார்ந்தார். தன் தொப்பியை எடுத்து மடியில் வைத்துக்கொண்டார். ஜன்னலுக்கு வெளியே மலை தெரிந்தது.

செல்வராஜ் மதுரைக்காரர். சமீபத்தில்தான் கோவைக்கு மாற்றலாகி வந்திருப்பவர். கோவையின் பாஷையும் ஜாடையும் அவருக்கு இன்னும் பிடிபடவில்லை. ஒரு சின்னப் பையனை அவ்வளவு மூர்க்கத்தனமாக அடித்துச் சாலையோரம் மூச்சுப் பேச்சின்றிப் போட்டுவிட்டு ஓடக்கூடிய மனிதர்கள் இந்த நகரத்தில் இருக்கிறார்கள் என்பது செல்வராஜுக்குக் கவலையும் அச்சமும் தந்தன. எங்கே இந்த டாக்டர்? அவசரமாக போன் செய்திருந்தாரே! அந்தப் பையன் எப்படி இருக்கிறான்? வார்டுக்குச் சென்று பார்த்துவிட்டு வரலாமா? இல்லை; டாக்டர் வரட்டும்.

ப்ரேம் கவலையாகத் தன் தகப்பன்முன் உட்கார்ந்திருந்தான். பெரிய சேட் இடித்த வெற்றிலைப்

பாக்கை, அதிகம் பற்கள் இல்லாத வாயால் கடித்து மென்று கொண்டே பேசினார்.

'நான் அப்பொழுதே எச்சரித்தேன். நீ கேட்கமாட்டேன் என்றாய். எல்லாம் புதிதான விஷயம். நமக்கு ஒத்துவராது. அதில் தலையைக் கொடுக்காதே, நஷ்டப்படுவாய் என்றேன். எத்தனை நஷ்டம்?'

'நாற்பத்தி ஆறு!'

'ஒன்றுமே கிடைக்கவில்லையா?'

ப்ரேம் உதட்டைப் பிதுக்கினான்.

'பேட்டா! நாற்பத்தி ஆறாயிரம் பெரிசல்ல. அதை ஒரு வருஷத்திலே சம்பாதித்து விடலாம். இதிலிருந்து நீ படிப்பினை கற்றுக்கொண்டாயா என்பதுதான் தெரியவேண்டும் எனக்கு.'

'பைப்லைன் என்று சொல்கிறார் புரொபசர் சீனிவாச சர்மா. பூமிக்கு அடியில் ஒரு சரடுபோல இருக்குமாம். அது மட்டும் கிடைத்துவிட்டால் வைரம், வைரம், வைரங்கள்தானாம்!'

'நீ படிப்பினை ஏதும் கற்றுக்கொண்டதாகத் தெரியவில்லை மகனே! சர்க்கார் தோண்டாத வைரமா? அவர்கள் விட்டு வைத்திருப்பார்களா? சர்க்காரிடம் இல்லாத சாதனங்களா? அதிருக்கட்டும்! முதலில் ஓர் அழுக்குக் கல் காட்டினியே, அது எங்கே?'

'அதைக் காணவில்லை.'

கிழவனார் நக்கலாகச் சிரித்து, 'நமக்கும் அதற்கும் ராசியில்லை. போனால் போகுது. எனக்கு பாக்கு இடிக்கக் கல் அகப்பட்டது என்று நினைத்தேன். மகனே... நமக்குப் புதுசாக பிசினஸ் எதுவும் வேண்டாம். நீ ஒண்ணும் என் சாம்ராஜ்யத்தை விஸ்தாரம் பண்ண வேண்டாம்! இருக்கிறதை ஒழுங்காக நடத்தினாலே மூன்று தலைமுறைக்குப் போதும். பைப்லைனும் வேண்டாம். ஒன்றும் வேண்டாம்!'

ப்ரேம் அவர் காலைத் தொட்டு நமஸ்கரித்துவிட்டுக் கீழே இறங்கி வந்து தன் அறைக்குச் சென்றான். சின்னி காத்துக் கொண்டிருந்தாள்.

'என்ன சின்னி, எல்லாம் ரெடியா?'

அவள் மௌனமாகத் தலையாட்டினாள். 'எனக்கு பயமா இருக்குது எஜமான்!'

'பயமே கிடையாது. மூணு மணிதான் ஆவும்னு டாக்டர் சொன்னாரு. இந்தா இதை வெச்சுக்க. நீ என்ன செய்யறே, நேரா ஆட்டோ பிடிச்ச அந்த இடத்துக்கு நாளிக் காலில வந்துரு. நான் கார் எடுத்துக்கிட்டு வர்றேன். சாப்பிடாம வா! என்ன, இத பார், கவலைப்படாதே' என்று அவளைத் தன்பால் இழுத்து அமுக்கிக் கொடுத்தான்.

பெரியசாமி ஏதோ ஒரு மானசீகக் கடவுளை வணங்கிவிட்டுக் கடப்பாரையால் நிலத்தை முதல் கொத்தாகக் கொத்தினான்.

கட்டியாக, ஏறக்குறைய பாறையாக நிலம் எதிர்த்தது. பஞ்சாயத்துக்காரர்கள், ரெவின்யூ அதிகாரிகள் எல்லோரும் இப்போது இதைத்தான் அவன் நிலம் என்று காட்டுகிறார்கள். இந்த இடத்திலிருந்து ராலிமுக்கு ஒன்றரை மைலுக்கு மேல் இருந்தது. இந்த இடம் ஏறக்குறைய மலையடியில் இருந்தது. கன்னங்கரேல் என்று மண். அருகே சுனை இருக்கிறது. இருந்தாலும் இந்த இடத்தில் ஏதும் விளையும் என்று தோன்றவில்லை. முதலில் ஒரு கூரை வேண்டும். அவனும் திலகமும் மனோகரியும் நிற்க நிழல் வேண்டும். அதுதான் ஆதாரமான விஷயம். அப்புறம்தான் மற்றவை. அப்புறம்தான் வெவ்வேறு பாசங்கள், ஆசைகள், எல்லாமே நிழல் கிடைத்த பிற்பாடுகள்.

மூங்கில் கம்புகள், பிளாச்சுகள், ஓலைக்கூரை, கயிறு, மண் வெட்டி. திலகத்தின் நகைகளை விற்றதன் மிச்சம் இருந்ததில் வாங்கிப் போட்ட சாதனங்கள். பெரியசாமி அவன் புதிய வீட்டில் முதல் மூங்கிலை நட்டான். அருகே பத்தடி தூரத்தில் திலகம் பள்ளம் தோண்டிக்கொண்டிருந்தாள். மனோகரி விளையாடிக் கொண்டிருந்தது.

பெரியசாமிக்குப் பட்டணத்து ஆசாமிகளைப் புரியவில்லை. ஒரு வாரத்தில் கலெக்டரிடமிருந்து உத்தரவு வரும் என்று அந்த ஆசாமி சொல்லிப்போட்டான். பத்து நாளாச்சு, ஒன்றுமில்லை. பஸ் ஏறி கலெக்டர் ஆபீசுக்குப் போய்த் தேடிப் பார்த்தான். அவனுக்காக மனு எழுதிக் கொடுத்த அந்த இருபத்தி அஞ்சு ரூபாய் ஆசாமியைக் காணவில்லை! எதிரே டைப் அடித்துக் கொடுத்த இடத்தில் வேறு யாரோ வெள்ளரிக்காய் விற்றுக்

கொண்டிருந்தார்கள். டைப் அடித்துக் கொடுத்தவர் முகம் மறந்து போச்சு. அந்த இருபத்தி ஐந்து ரூபாய் ஆசாமியின் முகம் ஞாபகம் இருந்தது. ஆனால், அவன் பெயர் தெரியவில்லை. சொல்லி யிருந்தான். மறந்துபோய்விட்டது. யாரைப் பார்த்தாலும் அந்த முகஜாடை நிறைந்த மனிதர்கள் நிறைந்ததாக இருந்தது. பேசாமல், கிடைத்த நிலத்தை ஒப்புக்கொண்டு அதில் பாடுபட வேண்டியதுதான். இந்த மட்டும் கொடுத்தார்களே! இதுகூட இல்லை என்று சொல்லியிருக்கலாம்.

திலகம் மண்ணைத் தோண்டுகையில் கடப்பாரை குத்தும்போது அவள் உள்ளே இருந்த ஆத்திரத்தில் எல்லாம் ஆழமாகப் பாய்ந்தது. இந்தக் குத்து பாழாய்ப் போன தாஸுக்கு. இந்தக் குத்து வாய்ப்பை இழந்த குடிகாரக் கணவனுக்கு. இது என் கையைப் பிடித்து இழுத்த சேட்டுப் பையனுக்கு. இது என் மகளுக்குப் பார்க்காத வைத்தியத்துக்கு.

மனோகரிக்குக் காதரின் வடிவம் மனத்தில் நிழலாடியது. அவன் ஆடினதும் பாடினதும் குரங்கு மாதிரிப் பண்ணி அவளைச் சிரிக்க வைத்ததும்... எங்கே அவன்? குழப்பமாக இருந்தது. அன்றைக்குப் பந்தாடினதும் திடுதிடுப்பென்று அம்மா அவளைத் தரதரவென்று இருட்டில் பயமாக அழைத்துச் சென்றதும், பஸ்ஸில் போகும்போது அம்மாவின் மேல் ரத்தமும், அம்மா அழுததும்... அப்புறம் அந்தப் பையன் என்ன ஆனான்? ஏன் அவனை இன்னும் காணவில்லை? ஏன் எல்லோரும் இங்கு வந்துவிட்டோம்? அவன் எங்கே? எவ்வளவு கேள்விகள் வார்த்தை வடிவமற்று அவள் மனத்துக்குள் ஏதோ ஒரு ஏக்கமாக, தாபமாக ஒரு குறையாக இருந்தன. வருவான் என்கிற எதிர்பார்ப்பும் இருந்தது.

டாக்டர் உள்ளே வந்து செல்வராஜைப் பார்த்துவிட்டு, 'ஓ! வந்துட்டீர்களா?' என்றார்.

'அந்த கேஸ் அனுப்பிச்சீங்களே, பத்து பதினைஞ்சு நாளைக்கு முன்னாலே?'

'ஆமாம்' என்றார் இன்ஸ்பெக்டர். 'பையன் எப்படி இருக்கான்?'

'அவன் இறந்து போய்விட்டான்!'

'அடடா! ச்ச்ச்...' செல்வராஜ் சற்றுநேரம் செயலற்றுப் போனார்.

'அவன் யாருங்க?'

'தெரியலீங்களே?'

'இன்னும் கண்டுபிடிக்கலியா?'

'சற்றுத் தயங்கி, 'இன்னும் இல்லைங்க' என்றார்.

'பாடியை என்ன பண்றது?'

'பாடி எங்கே இருக்கு?'

'வார்ட்லதான் இருக்கும். இன்ஸ்ட்ரக்ஷனுக்காகக் காத்திருப்பாங்க. மார்ச்சுவரிக்கு அனுப்பிறலாம். போஸ்ட் மார்ட்டம் ஒண்ணு செய்துரலாம்... போலீஸ் கேஸ் பாருங்க!'

'டாக்டர்! அவன் எதனால செத்தான்?'

'அடி! வேற ஒண்ணும் கிடையாது. யாரோ அவனை செம்மையா மிதித்திருக்காங்க! அடின்னா அப்படி அடி! இது விபத்து இல்லை. வேறு எதுவும் கிடையாது. கடுமையா அடிச்சு மண்டையிலே பட்ட பிரதான காயம். மூளைக்குள்ளே ரத்தக்கசிவு... வாங்க, போய்ப் பார்க்கலாம்.'

இருவரும் மௌனமாக நடந்தார்கள். இருவரும் மரணத்தை அடிக்கடி சந்தித்தவர்கள்தாம். இருந்தும் இந்தச் சாவு அவர்களைக் கலக்கியது. 'சின்னப் பையன் சார்!' என்றார் டாக்டர். 'அவனை இந்த மாதிரி அடிச்சவன் யாருன்னு கண்டு பிடிச்சா எனக்காக ஒரு சாத்து சாத்துங்க அவனை.'

வார்டில் மற்ற நோயாளிகளுக்குக் கலக்கம் ஏற்படாமல் இருக்க காதரின் படுக்கையைச் சுற்றிலும் சக்கரத் திரை அமைந்திருந்தது. அதைத் தள்ளிக்கொண்டு டாக்டர் உள்ளே வர, செல்வராஜ் தயங்கி வந்தார். ஆக்சிஜன் குழாய்கள் பிடுங்கப்பட்டு ஒதுங்கி யிருந்தன. கார்டியாக் மானிட்டர் ஓய்வெடுத்துக் கொண் டிருந்தது. எத்தனை கட்டுக்கள்! அவற்றின் மத்தியில் அந்தச் சிறுவன் கண் மூடித் தூங்குபவன் போலத்தான் இருந்தான். முகத்தில் சாந்தியும் அமைதியும் தெரிந்தன. இறந்தவனே, நீ யார்?

இன்ஸ்பெக்டர் செல்வராஜ் சற்று நேரம் அவனுக்காக முருகனைத் தியானித்தார். 'பையன் எதுவும் பேசவே இல்லீங்களா?'

'இருங்க, கேட்டுச் சொல்றேன். நர்ஸ்! ஸ்டாஃப் யாரு? வார்ட்ல டாக்டர் இருந்தா கூட்டிக்கிட்டு வாங்க.'

வயதான ஸ்டாஃப் நர்ஸூம் ஓர் இளம் டாக்டரும் வந்தார்கள். 'டாக்டர் முரளிநாதன்! இந்த பையனுக்கு நினைவு திரும்பவே இல்லீங்களா?'

முரளிநாதன் காலடியில் தொங்கிய சார்ட்டைப் பார்க்க, ஸ்டாஃப் நர்ஸ், 'வந்துச்சு டாக்டர்! ஒருமுறை வந்துச்சு' என்றாள்.

'அப்ப ஏதாவது பேசினானா?'

'பேர் கேட்டம். காதர்னு சொன்னான். அப்புறம் தெரிஞ்சவங்க அட்ரஸ் பேரு கேட்டம். மனோகரின்னு சொன்னான். எழுதி வைச்சிருக்கேன். 'உன்னை யார்றா இந்த மாதிரி அடிச்சாங்க'ன்னு கேட்டதுக்கு 'சின்ன எசமான்'னு சொன்னான். அவன் யாருன்னு கேட்டேன். தெரியாதுன்னான். மறுபடி மயக்கமாயிட்டான். அதுக்கப்புறம் நினைவே வரலை.'

இன்ஸ்பெக்டர் ஆஸ்பத்திரி பழுப்புக் காகிதத்தில் மனோகரி, காதர் என்று குறிப்பிட்டுக்கொண்டார்.

'சின்ன எசமான்? வேறு ஒண்ணுமே சொல்லலியா?'

'இல்லீங்க, பெரும்பாலும் மயக்கத்திலே இருந்தான்' என்றாள்.

இளமையாக இருந்த நர்ஸ் ஒருத்தி, 'ஆஸ்பத்திரிக்கு அட்மிட் பண்ணபோது அவன் பைக்குள் இருந்தது' என்று தலைமாட்டுக்கு அடியில்இருந்து இன்ஸ்பெக்டரிடம் எடுத்துக் கொடுத்தாள். மஞ்சளாக ஒரு டென்னிஸ் பந்து, சேரன் போக்குவரத்துக் கழக பஸ் டிக்கெட் மூன்று. முப்பது ஐந்து பைசா சில்லறை.

காதர் விட்டுப்போன சொத்து. அந்தப் பெண் அவற்றைத் தரும் போது கண்ணில் கண்ணீர் தெரிந்தது. 'நாங்க எல்லோரும் ரொம்ப முயற்சி பண்ணினோம் சார், அவனைப் பிழைக்க வைக்கிறதுக்கு...'

இன்ஸ்பெக்டர் அந்தப் பந்தை ஆராய்ந்துகொண்டே ஒரு தடவை படுக்கையைப் பார்த்துவிட்டு வெளியே வந்தார்.

'பாடியை என்ன பண்றது?'

'போஸ்ட்மார்ட்டம் ரிப்போர்ட் ஒண்ணு கொடுத்துருங்க. அப்புறம் போலீஸ் போட்டோகிராபர் ஒருத்தரை அனுப்பி வைக்கிறோம். பின்னால ஐடென்டிஃபிகேஷனுக்கு போட்டோ வேணும். அதுக்கப்புறம் புதைச்சுடலாம்.'

'சரி.'

'டாக்டர் முரளிநாதன், இவன் இறந்துபோய் எத்தனை நேரமாச்சு? கண்களை உபயோகப்படுத்த முடியுமா!'

'ஒரு மணிநேரம்தான் சார்! பாடிகூட அனாட்டமி டிபார்ட் மெண்டில் உபயோகப்படும்...'

'வேண்டாங்க.'

ஆஸ்பத்திரிக்கு வெளியே வரும்போது அந்தப் பந்தை எடுத்து ஆராய்ந்தார். மெலிதான மஞ்சளான டென்னிஸ் பந்து. டென்னிஸ் கோர்ட்டுகளில் விசாரிக்கவேண்டும். அங்கே பந்து பொறுக்கிப்போடும் பையனா? காதர், சின்ன எசமான். எல்லா டென்னிஸ் கோர்ட்டுகளிலும் விசாரிக்கவேண்டும். அந்தப் பையன் அணிந்திருந்த சட்டை நிஜாரில் ஒரு ரெடிமேட் கடையின் பெயர் இருந்தது. அங்கே விசாரிக்கவேண்டும்.

ஜீப்பில் உட்கார்ந்தார்.

'ஸ்டேஷனுக்கா சார்?'

'இல்லைப்பா. மருதமலை ரோடு.'

மறுபடியும் அந்தப் பையனின் உடல் அகப்பட்ட அந்தச் சாலையில் போய்ப் பார்க்கலாம்... டென்னிஸ் பந்து! டென்னிஸ்!

ஜீப் விரைந்து செல்ல, அவர் உள் மனத்துக்குள் ஒரு வைராக்கியம் பிறந்தது. இந்த கேஸை நான் விடமாட்டேன். விடப்போவ தில்லை. அந்தப் பையனின் முகம் அடிக்கடி அவர் ஞாபகத்தில் குறுக்கிட்டது... காதர்... டென்னிஸ். இதோ இந்த மரத்தடி யில்தான் சாலைக்கு ஒதுக்குப்புறமாகக் கிடந்தான். 'மெல்லப் போ!'

ஜீப் ஊர்ந்தது. இருபுறமும் பார்த்துக்கொண்டே சென்றார். வேளாண்மைப் பல்கலைக்கழகத்தில் டென்னிஸ் கோர்ட்டுகள் இருக்கும். அங்கே விசாரிக்கவேண்டும். சின்ன எஜமான்! பல்கலைக்கழகத்தின் சின்ன எஜமானா?

பரிசோதனை வயல்களைத் தாண்டி ஏறக்குறைய அந்த ஸ்தலத்திலிருந்து ஒரு மைல் வந்துவிட்டார். 'திரும்பிப் போய்விடலாம்... ம்ஹூம்... இது என்ன?'

சாலையிலிருந்து ஒரு பாதை விலகிச் சென்றது. தூரத்தில் வேலி தெரிந்தது. பெரிய மரத்தின் மடியில் ஒரு வீடு. பண்ணைபோல. அப்புறம் அது என்ன?

கறுப்புத் தட்டிகளால் மறைக்கப்பட்டு டென்னிஸ் கோர்ட்!

'ஜீப்பை நிறுத்தப்பா! ஜீப்பை அந்த மண் பாதையில் விடு!' என்றார்.

அந்த வீட்டை அணுக அணுக அவர் இதயத் துடிப்பு அதிகரித்தது. பெரிய மரம். அதன் நிழலில் வீடு... அதன் வாசலில் ஒரு கிழவன் பூஞ்செடிகளுக்கு நீர் இறைத்துக் கொண்டிருக்க, ஜீப்பை நிறுத்தி இறங்கி அவனை அணுகினார்.

'தாத்தா! வணக்கம்.'

'வணக்கமுங்க!' என்றான் கிழவன். கண்களில் கலக்கம். சற்று பயம். 'போலீஸ்காரவுங்களா?'

'பயப்படாதீங்க! உங்க சின்ன எஜமான் வந்தாரா? அவரைப் பார்க்கவேண்டும்.'

'அவரு வரலீங்களே! பதினைஞ்சு இருபது நாளாச்சு. ஏங்க?'

'ஒண்ணுமில்லை. சும்மா விசாரிக்கத்தான். ஆமாம், இந்த காதர் பையன் வந்தானா சமீபத்திலே?'

'காதர்கூட வரலீங்களே! அவனும் சின்ன எசமான் வந்த அன்னிக்குக் காலையிலே வந்தவன்தான். யாரோ ஒரு பொம்பளையைக் கூட்டிக்கிட்டு. அப்புறம் தாஸ் இல்லே... தாஸ்? டிரைவரு. அவரும் சின்ன எசமானும் வந்தாங்க...'

இன்ஸ்பெக்டர் செல்வராஜ் புன்னகைத்தார்.

வைரங்கள் ● 125

அப்பா அம்மா வியர்வை பெருக்கி பளபளக்க, மனோகரி மண்ணை நோண்டிக்கொண்டே மெதுவாகச் சுனைவரை சென்றுவிட்டது. நீர் சலசலப்பு இல்லாமல் கண்ணாடி போல இருந்தது. எட்டிப் பார்த்தது. காதரின் முகம் தெரிந்தது. சிரித்தது. காலடியில் கிளறுகையில் ஒரு கல் கிடைத்தது. அதை எடுத்தது. அழுக்கான கல்லைத் தன் பாவாடையில் துடைத்தது. அதனுள் பளபள என்று ஏதோ ஜொலித்தது. அம்மாவிடம் கொடுக்கலாமா என்று யோசித்தது. 'சென்ற தடவை கொடுத்தபோது ஏதோ கெட்டது ஆகிவிட்டது. வேண்டாம் வேண்டாம்.'

புரொபசர் சர்மாவின் பைப்லைனின்மேல் நின்றுகொண்டிருந்த மனோகரி அந்தக் கல்லைத் தூக்கிச் சுனைக்குள் எறிந்தாள்.

'ப்ளக்' என்று அந்த இரண்டாவது வைரக்கல் நீரில் விழுந்து மூழ்கியது.